# புறவழிச்சாலை

பா. மணிகண்டன்

INDIA • SINGAPORE • MALAYSIA

ISBN 979-8-89186-808-3

# சமர்ப்பணம்

"என் எழுத்துக்களின் முதல் ரசிகையான என் மனைவி
மனோவிற்கும், என்னை இந்த புத்தக முயற்சிக்கு
ஊக்கப்படுத்திய மகன் அகிலனுக்கும் மற்றும் என் நல
விரும்பிகள் அனைவருக்கும்"

- பா. மணிகண்டன்

# உள்ளடக்கம்

## கதையல்லா நிஜங்கள்

## ஆங்கிலக் கட்டுரைகள்

# என்னுரை

சிறு வயது முதல் இந்தப் பொழுது வரை, என்னை உயிர்ப்புடன் வைத்திருக்க உதவிய, என்னைச் சுற்றி நடக்கும் அனைத்து சம்பவங்களும், அவை என்னுள் நேரிடையாகவும், மறைமுகமாகவும் ஏற்படுத்திய தாக்கங்களும், அதன் பொருட்டு என்னுள் பிரசவித்த பரவசங்களும், அறச் சீற்றங்களும், என்னை செழுமைப் படுத்திக் கொள்ள நானே "என்னைக் கண்டெடுக்கத்" துவங்கிய தேடல்களின் வடிகாலே இந்தப் புத்தகம்.

சுய சரிதை எழுதும் அளவுக்கு நான் பெரிதாக ஏதும் சாதிக்கவில்லை என்றாலும், சுயமாய் என்னுள் பிறந்த மாற்றுச் சிந்தனைகளின் வேறொரு பரிமாணத்தை உங்கள் பார்வைக்கு கொண்டு சேர்க்கும் ஓர் முன்னெடுப்பாக, இந்த வாய்ப்பை நான் பார்க்கிறேன்.

என்னுடைய இந்த கன்னி முயற்சிக்கு வாசகர்களின் மேலான வாழ்த்துக்களை விழைகிறேன்.

இவண்

பா. மணிகண்டன்

# சிறு கதைகள்

# 1. தூவானம்

சென்ற சனி அல்லது ஞாயிறு! சரியாக ஞாபகமில்லை, இப்போது அது முக்கியமில்லை! அவளைப் பார்த்தேன்! அவ்வளவுதான்! அது மட்டும் தான் எனக்கு முக்கியம்! என்னோட ஷாலு மாதிரியே முகம் அவளுக்கு! மறக்க முடியாத முகம்! என்னிலிருந்து அழிக்க முடியாத முகம்!

என் ஷாலுவுக்கு அப்போது 17 அல்லது 18 வயதிருந்திருக்கலாம்! எனக்கு 20 - 22 என்று ஞாபகம்! REC யில் எலக்ட்ரானிக்ஸ் 2ஆம் ஆண்டு படித்து வந்தேன்! நாங்கள் திருச்சியில் மலைக்கோட்டைக்கு கீழே சந்தி வீரப்பன் கோவில் வீதியில் இருந்தோம். சாலையிலிருந்து வீடு செல்ல ஒரு குறுகிய சந்தில் தான் செல்லவேண்டும். வெளியில் வீதிக்கு வந்துப் பார்த்தால் சாலையின் மறு பக்கத்தில் பச்சை நிறத்தில் பெரிய பெரிய கம்பி போட்ட வீடு! வெளியில் திண்ணை, உள்புறம் வெளியிலிருந்து பார்த்தாலே தெரியும் முற்றம்! ஷாலு, தாய், தந்தை, அக்கா, பாட்டி தாத்தா சகிதம் என ஒரு கூட்டு குடும்பத்தில் வாழ்கிறவள்! என் தங்கை அபியின் சினேகிதி! இருவரும் சீதாலக்ஷ்மி கல்லூரியில் BA ஆங்கிலம் ஒன்றாய் படிப்பவர்கள்! அடிக்கடி வீடு வந்து செல்வாள்! அய்யர் வீட்டுப் பெண்! திவ்யமாய் இருப்பாள். பளீரென்று சிரிப்பாள், சிரிக்கும் போது வலது கடைவாயில் ஒரு தெற்றுப்பல் தெரியும், அதை அவசரமாக மறைக்க முயன்றுத் தோற்றுப் போவாள்!

அவள் வரும் போதெல்லாம் நான் அவளை கவனிக்காமல் கவனிப்பதை கவனிப்பாள், காட்டிக் கொள்ள மாட்டாள். அவளைப் பற்றி நான் என்னவெல்லாம் நினைக்கிறேன் எனக் கேட்பது போல ஒரு பார்வை வீசி விட்டுப் போவாள்! பெரிய

அழகெல்லாம் இல்லை, ஆனால் அழகாக இல்லாமல் இல்லை! நெற்றியில் மையமாய் ஒரு கருப்பு கோவிப் போட்டு எப்போதும் இருக்கும்! புருவத்தில் சிறு வயதில் அடிபட்டிருக்கலாம், ஒரு மெல்லிய வடு இருக்கும்! அடிக்கடி நெற்றியில் விழும் முடியை கோதிக் கொள்வாள்! வலது மணிக்கட்டில் உள்புறம் ஷாலு என்று பச்சைக் குத்தியிருக்கும்!

வார இறுதி நாட்களில் தான் பெரும்பாலும் வருவாள்! அப்படி ஒரு நாள் வந்த போது அவள் மொத்தக் குடும்பமும் பழனி சென்றுவிட்டதாகவும், வீட்டில் அக்கா மட்டும் இருப்பதாகவும் எனக்கு கேட்க்கும்படி சத்தமாக சொன்னாள்! "என்ன ஷாலு நீ போகலியா?" என்றேன். நான் போக முடியாது, என்றாள். "ஏன்?", இது நான். "ஐயோ அண்ணா, அவ போகக் கூடாது" தலையில் தட்டிக் கொண்டாள் அபி. எனக்குப் புரிவதற்குள் ஷாலு அங்கிருந்து மறைந்திருந்தாள்.

மதியம் 3 மணியிருக்கும், எனக்கு இருப்பு கொள்ளவில்லை! வீட்டில் தனியாக இருப்பதாக சத்தமாக சொல்லிச் சென்றாளே, ஒரு வேளை என்னை அழைக்கிறாளா? ஆயிரம் கேள்விகளுடன் ஆர்வமிகுதியால் வீதி சென்றேன். வெளியில் மழை வர எத்தனித்தது! வானம் கரு கும்மென்று இருந்தது! திண்ணையில் எனக்காகவே காத்திருந்தவள் மாதிரி குளித்து விட்டுத் தலையை துவட்டிக் கொண்டு எங்கள் சந்தையே பார்த்துக் கொண்டிருந்தாள்! நான் தென்பட்டதும், என்ன இன்ஜினியர்? என்றாள்! பார்வையில் வாவென்று அழைத்தது போன்றிருந்தது. ஏதோ ஒரு சக்தியால் உந்தப்பட்டவனாய் சென்றேன்! என்ன வாலு? என்றேன், ஹலோ நான் வாலு இல்ல, ஷாலு என்றாள்! உங்க வீட்டுக்கு வந்துட்டு போம்போதெல்லாம் நீ என்னைப் பார்த்து சைட் அடிக்கிறது எனக்குத் தெரியாதா, என்றாள். அடிப்பாவி என்றேன்! புருவத்தில என்ன வடு ஷாலு? டேய், என்னடா அப்படியே தொடப் பாக்கிறியா? ஏன், தொடக் கூடாதா? வேண்டாம்னு சொன்னேனா? சொல்லியவள் சட்டென்று எழுந்து உள்புறம் சென்றாள். நானும் பின் தொடர்ந்தேன்! காணவில்லை

அவளை! வலது புறம் இருட்டாக ஒரு சிறு அறை, உள்ளிருந்து என் கைப்பற்றி இழுத்தாள்! அறை முழுதும் வெறும் பழைய பாத்திரங்கள்! சுவற்றில் ஒரு பக்கத்தில் சின்னதாய் ஒரு ஜன்னல்! எங்குப் பார்த்தாலும் ஓட்டடை. ஏய், என்னடி பண்ற நீ? என்னை ஜன்னலின் அருகே நிறுத்தி அழுத்தி தீர்க்கமாய் கண்கள் மூடி முத்தமிட்டாள். கன்னியின் கன்னி முத்தம்! சொல்லனாதொரு வாசனையின் மொத்தக் கலவையாக என்னை போட்டுத் தாக்க, நான் நிலை குலைந்துப் போக, தன்னை விடுவித்துக் கொண்டவள் ஜன்னலில் வெளியே ஏதோ ஒன்றைப் பார்த்து பயந்து வீலென்று அலறினாள்! அங்கே, வீட்டின் நடு முற்றத்தில் அவளது அக்கா தூக்கில் பிணமாய்த் தொங்கிக் கொண்டிருந்தாள்!

அந்த சம்பவத்தைத் தொடர்ந்து அந்தக் குடும்பத்தில் நடந்தேறியவை பற்றி ஒவ்வொருவரும் ஒவ்வொரு விதமாய் பேச, பின்னாளில் அந்த பக்கம் செல்வோரெல்லாம் இதோ இந்த பச்சை கம்பி போட்ட வீட்டுல தான் ஒரு பொண்ணு தூக்கு மாட்டிக் கிடுச்சி, என்னவோ காதல் விவகாரமாம், என்று சொல்லக் கேட்டிருந்தோம்! அதனாலேயே என்னவோ, ஷாலுவின் குடும்பம் அங்கிருந்து வேறு ஊருக்கு புலம் பெயர்ந்ததாய் அறிந்தோம்! எங்கே சென்றார்கள் என்று யாருக்கும் பெரிதாய் தெரிந்திருக்கவில்லை. அதை ஒரு பொருட்டாகவே எடுத்துக்கொள்ளவில்லை, என்னைத் தவிர! பின்னே? என் முதல் காதல் அனுபவம் இவ்வளவு பயங்கரமாகவா இருக்க வேண்டும்?

வருடம் 20 ஆகி விட்டது, எனக்கு இப்போது வயது 42 ஆகிறது! சிங்கப்பூரில் வேலை. எனக்கு ஒரு குடும்பம் இருக்கிறது! மனைவி அர்ச்சனா, மகன் தேஜஸ் 8th கிரேடு படிக்கிறான்! விடுமுறைக்கு சொந்த ஊர் செல்ல முன்னரே திடடமிட்டு நாளை முதல் பிளைட்டில் திருச்சி செல்ல இருக்கிறோம். டிவியில் செய்திகள் பார்த்துக் கொண்டிருந்தேன்! என் மனைவி, சீக்கிரம் படுங்க, என்றாள். ஒவ்வொரு முறை ஊர் செல்லும் போதும், எனக்கு

ஷாலு ஞாபகம் வந்து விடும்! நான் ரொம்ப சந்தோசமாகத் தெரிவேன்! மனைவியோ, 'சொந்த ஊர்னா மட்டும் எங்க இருந்து தான் இப்படி சந்தோஷம் வருமோ தெரியல', என்பாள். அலாரம் அடித்ததும், விருட்டென்று எல்லாப் பணிகளையும் முடித்து விட்டு ஏர்போர்ட் விரைந்தோம்!

சிங்கப்பூர் ஏர்லைன்ஸ்! பணிப்பெண்கள் அழகாய் செயற்கைப் புன்னைகைகளை உதிர்த்துக் கொண்டிருந்தார்கள்! நான்கு மணி நேரம் பிரயாணம். திருச்சி இறங்கிய போது மழை பெய்திருந்த சுவடுகள் தெரிந்தன. ஏர்போர்ட் மொத்தமாய் நனைந்திருந்தது! அப்பாவிற்கு போன் செய்துவிட்டு, டாக்சி பிடித்து வீடு வந்து சேர்ந்தோம்! கால மாற்றம் திருச்சியை மொத்தமாக மாற்றியிருந்தது! ஆனால், எங்கள் தெரு மட்டும் அப்படியே இருந்தது! ஷாலு வீட்டைக் கடக்கையில் திண்ணையில் அன்றைய தினம் அமர்ந்திருந்த மாதிரியே இருந்தது! உள்ளே பிணம் தொங்குகிறதா என்றுப் பார்த்துக் கொண்டேன்! அப்படி ஒன்றும் இல்லை, நல்ல வேளை!

தங்கை, குழந்தைகளை அழைத்துக் கொண்டு சென்னையிலிருந்து வந்திருந்தாள்! ஷாலு பற்றி விசாரித்தேன்! எங்க போனாங்கன்னுகிற விவரம் யாருக்கும் தெரியலடா, என்றாள். அது எப்படிடி? ஒருத்தருக்கு கூடவா தெரியாது? என்னை என்ன பண்ண சொல்ற இப்ப நீ, கடிந்து கொண்டாள்.

ஷாலுவை மறுபடியும் எங்காவது பார்த்து விட மாட்டோமோ என்று ஏங்கினேன்!

மாலை எனது பழைய நண்பன் முரளியைப் பார்க்க தில்லைநகர் செல்ல வெளியில் வந்தேன்! வானம் இருண்டுக் கொண்டு வந்தது! குடை எடுத்துட்டுப் போங்க! அர்ச்சனா தூரத்தில் கத்தினாள்! கருப்பண்ண சுவாமி கோவில் கடந்து செல்லும் போது அஜந்தா கடை தாண்டி ஒரு இடத்தில் ஒரே கூட்டமா இருந்தது! என்ன என்று ஆவலில் எட்டிப் பார்த்தேன்! ஒரு பெண்ணை பின்புறமாய் கைகளைக் கட்டிப் போட்டு வைத்திருந்தார்கள்! அந்தப் பெண்

உடம்பில் சுமார் ஒரு டஜன் துணி உடுத்தியிருந்தாள். அழுக்கு முழுக்கைச் சட்டை அணிந்திருந்தாள். கடைப்பொருள் எதையோ திருடி விட்டதாக சொன்னார்கள்! தலை முடி பரட்டை முகத்தில் பாதியை மறைத்திருந்தது! சற்று மன சுவாதீனமாகத் தெரிந்தாள். சரி விடுங்கப்பா, அதுவே பைத்தியம், அதைப் போயி கட்டி வைத்துக்கிட்டுனு ஒரு பெரியவர் சொல்ல, கூடியிருந்த கூடடம் மெல்ல கலையத் தொடங்கியது! விளக்கு கம்பத்தில் கட்டியிருந்த கயிற்றை நானும் இன்னொரு நண்பரும் அவிழ்த்து விட்டுக் கொண்டிருக்கையில் எனக்கு ஒரு யோசனைத் தோன்ற, முரளியை போனில் அழைத்தேன்! உங்க வீட்டுப் பக்கத்துல ஒரு மன நல காப்பகம் இருந்ததே இல்லடா, அது இன்னும் இருக்கா? என்றேன். ஏன் கேட்கிற, நல்லா இருக்கே, என்றான். தகவலைச் சொல்லி விட்டு, அவனை அங்கிருந்து வண்டி ஒன்றை எடுத்து வரச் சொன்னேன்! வந்ததும் அந்த அம்மாவை வண்டியில் ஏற்றி விட்டு ஒரு நல்ல காரியம் பண்ண திருப்தியில் வீடு வந்து சேர்ந்தேன்!

விடுமுறை முடிந்து இன்று மீண்டும் ஊர் கிளம்ப வேண்டும்! அப்பா, அம்மாவிடம் விடை பெற்று விட்டு ஏர்போர்ட் புறப்பட்டோம்! மழைத் தூறிக் கொண்டிருந்தது! தில்லை நகர் திரும்பும் போது மனசில் திடீரென ஒரு யோசனை வந்தது! அர்ச்சனா, உன்கிட்ட அன்னைக்கு சொன்னேல்ல, ஒரு அம்மாவை மீட்டு காப்பகத்தில் விட்டேன்னு! அவுங்க இப்ப எப்படி இருக்காங்கன்னு பார்த்திட்டு போயிடலாமா? மகன் தேஜஸ், அம்மா சரின்னு சொல்லுமா, சரின்னு சொல்லுமா, என்று அனத்த, டிரைவரை, காப்பகம் செல்லுமாறு பணித்தேன்! விவரம் சொன்னதும், ஒரு ஒடிசலான பெண்மணியை அழைத்துக் கொண்டு வந்தார்கள்! தலைக்கு மொட்டைப் போட்டிருந்தது! பக்கத்தில் வந்ததும் மகன் தேஜஸ், ஆண்டி, ஆண்டி நீங்களும் எங்க கூட வரீங்களா என்று கை கொடுத்தான்! அந்த அம்மாவின் கையைப் பிடித்து மகன் கையில் திணித்தார்கள்!

வலது கையின் உள்புறம் 'ஷாலு' என்று எழுதியிருந்தது!

# 2. புறவழிச்சாலை

## தேநீர்க்கடை

மழை அப்பொழுது தான் விட்டிருக்க வேண்டும். சாலையெங்கும் நீர்த் தெப்பங்களாயிருந்தது. அருகாமை பெரிய கட்டிடங்கள், தேங்கியிருந்த தண்ணீரில் தலைகீழாய் தெரிந்தன. வானம் இன்னும் மேகத் திரள்களாய்த் தெரிந்தது. மழை மீண்டும் வரலாம். வராமலும் போகலாம். விடியற்காலையாதலால், அதிக நடமாட்டமில்லை. அந்த சாலையின் இடது திருப்பத்தில் ஒரு தேநீர்க்கடை இயங்குவது தெரிகிறது. மெல்லியதாய் கந்தர் சஷ்டி கவசம் ஒலிக்கின்றது. அருகில் செல்லச் செல்ல ஒலியின் அளவு கூடிற்று.

ஒரு போலீஸ்காரர் ஸ்டூலில் இருந்து பேப்பர் படித்துக் கொண்டிருந்தார். "அண்ணா, ஒரு டி, சுகர் கம்மியா" அந்தப் பெண் கேட்டதும், கடைக்காரர் ஆச்சர்யமாய் பார்த்தார். டி ஆற்றிக் கொண்டு அவளை அரைகுறையாய் நோட்டம் விட்டார். மாநிறம், சராசரிக்கு சற்று கூடுதலான உயரம். சுடிதார் அணிந்திருந்தாள். தலை வகிடின் ஆரம்பத்தில் குங்குமம் கலைந்திருந்தது. நெற்றியில் பொட்டு இல்லை. கைகளில் ஒரு சிறிய பை. அதில் செல்போன் செருகியிருந்தாள். பெரிதாக நகைகள் ஏதுமில்லை. வயது நடுத்தரமாக இருக்கலாம். கண்கள் சிவந்திருந்தது. முகத்தில் கவலை தெரிந்தது.

"இந்தாம்மா, டி எடுத்துக்க"

ஏதோ யோசனையிலிருந்தவள், திரும்பி வாங்கிக் கொண்டாள். டியிலிருந்து வெளியேறிய நீராவியும், அதன் வாசமும், அதனை உறிஞ்சும் போது, அவளிடம் தெரிந்தது. குனிந்து,

அலைபேசியை பார்த்தபடி மீண்டும் குடித்தாள், காலியானதும் கசக்கி குப்பைத் தொட்டியில் போட, அது தவறி அருகில் தரையில் விழுந்தது. அதனை எடுக்க அவள் குனிந்ததும், சுடிதாரின் கழுத்து உட்புறமிருந்து ஏதோ ஒன்று விழுந்தது. குப்பைகள் பாதி தொட்டிக்கும் மேலிருந்ததால், அது விழுந்த சப்தம் கேட்கவில்லை. தவிர, அவளும் அதை கவனித்ததாய் தெரியவில்லை. வெளியில் விழுந்த டீ கப்பை எடுத்து, மீண்டும் குப்பைத் தொட்டியில் இட்டாள்.

"பரவாயில்லை, அதை விட்டுடுமா" என்றார் கடைக்காரர். "இல்லைண்ணா" சொல்லிவிட்டு அங்கிருந்து விரைந்தாள், மறைந்தாள்.

## காவல் நிலையம்

வெகு நேரமாக தொலை பேசி அடித்துக்கொண்டிருந்தது. ரைட்டர் எழுதுவதில் மும்முரமாக இருந்தார். வாசலில் இரண்டு காவலர்கள் அரட்டை அடித்துக் கொண்டிருந்தனர். வெளியிலிருந்து ஜீப் ஒன்று உள்ளே நுழைந்தது. எஸ் ஐ வசந்தன், "யாராவது அந்த போனை எடுங்கய்யா" என்று கத்தியபடி உள்ளே வந்து, தானே அதை எடுக்க, மறுமுனையில், ஒரு சிறு பையனின் குரல் கேட்டது. "சொல்லு தம்பி" என்றார். "அழாதப்பா, தெளிவா சொல்லு, எப்ப? எத்தனை மணிக்கு?", சரி, நான் வர்றேன், நீ தைரியமாயிரு" என்று சொல்லிவிட்டு, கான்ஸ்டபிள் என் கூட வாங்க, "பூந்தமல்லி பைபாஸ்ல ஒரு மர்டர் நடந்திருக்கு" என்றார்.

## மேம்பாலம்

பருந்துப் பார்வையில், வண்டலூர் - பூந்தமல்லி புறவழிச்சாலையின் நீளம், மயான அமைதியாய்த் தெரிந்தது. வசந்தன், டிரைவரிடம் விரைவாகப் போகச் சொன்னார். தூரத்தில், சாலையோரத்தில், தனியே ஒரு பெண் போய்க்

கொண்டிருந்தது தெரிந்தது. "டிரைவர், ஸ்லோ பண்ணு", என்றார். வண்டி, அவளைத் தாண்டி ஓரமாய் சென்று நின்றது. அந்தப் பெண், அவர்களை கடக்க முயல, "ஓ, இந்தம்மாவா, காலையில டிக்கடையில பாத்ததா ஞாபகம்" என்றார் கான்ஸ்டபிள். அவள் பதட்டமானாள். ஆனால், வெளியே காட்டிக் கொள்ளாதது போல பாசாங்கு செய்தாள். "எங்கம்மா போற, தனியா? வசந்தன் கேட்டார். "அம்மாவுக்கு உடம்பு சரியில்ல, பார்க்கப் போறேன் சார்" என்றாள். அதுக்கு ஏன்மா பைபாஸ்ல போற? அவரது கேள்வி, அவளுக்கு கலக்கத்தை ஏற்படுத்தியது. மேலும் அவளிடம் பேச்சு கொடுக்க, அவள் முன்னுக்குப் பின் முரணாக பேசவே, "ஏறுமா வண்டியில" என்றார். அதற்குள், புறவழிச்சாலையில் ஒரு மேம்பாலம் வரவும், அந்தப் பெண், சற்றும் தாமதிக்காமல் விருட்டென்று பாலத்தின் சுவரில் ஏறி குதிக்கவும், கீழே சென்று கொண்டிருந்த லாரி ஒன்று, அவளின் மீது ஏறி இறங்கவும் என, எல்லாமும் கண்ணிமைக்கும் நேரத்தில் நடந்தேற, அவள் இரத்த வெள்ளத்தில் மிதந்தாள்.

அவளது கைப்பையில் இருந்த செல்போன் ஒலித்துக் கொண்டிருக்க, சர்வீஸ் சாலையில் வசந்தன் ஜீப் கீழிறங்கி வர, அதற்குள் அங்கே பெருங்கூட்டம் கூடியிருந்தது. "தள்ளுயா, தள்ளுயா" கூட்டத்தை கான்ஸடபிள் சரி செய்ய, "உயிர் போயி அஞ்சு நிமிஷமாயிடுச்சு சார்" என்றான் கூட்டத்திலிருந்த ஒருவன். வசந்தன், அவளது செல்போனை எடுத்து, மிஸ்டு கால் எண்ணுக்கு ட்ரை செய்ய, அவருடன் ஸ்டேசனில் பேசிய சிறுவனின் குரல் கேட்டது. "அம்மா, எங்கம்மா இருக்க? அப்பா எந்திரிக்க மாட்டேங்கிறார்மா, கழுத்தெல்லாம் இரத்தமா இருக்குமா" என்றான்.

## செவிலியர் விடுதி

பத்து வருடங்களுக்கு முன், கீழ்ப்பாக்கம் அரசினர் செவிலியர் விடுதி, அந்தச் சாலையில், விடுதியின் பின்புற கேட்

முழுவதுமாக மூடி, ஒருவர் மட்டும் சென்று வரக் கூடிய வகையில், ஒரு சிறிய கதவுடன் இருக்கும். வேணி, அவளது தோழிகளுடன், அந்த கேட் வழி வந்து, "செக்யூரிட்டி அண்ணா, ஒரு அரை மணி நேரம்ணா, வார்டன் கிட்ட சொல்லிடாதீங்க" என்று சொல்லியபடி வெளியே வந்து, அந்த சாலையின் எதிரில் இருக்கும் டிக்கடைக்கு வந்து செல்வாள். அவள், வரவுக்காக, காத்திருப்பான் கதிர். "ஏன் இன்னைக்கு இவ்வளவு நேரம்" கோபித்துக் கொண்டான். "டேய், உனக்கு என்ன திமிரா? நான் எல்லாத்தையும் பார்த்து, கவனிக்க வேண்டியவங்களுக்கு எல்லாமும் கவனிச்சிட்டு, வரதுக்குள்ள, உயிரே போகுது. நீ, என்னடான்னா, ஏன் லேட்டுன்னு கேக்குற" என சொல்லிக் கொண்டிருக்கும் போதே அவள் கண்களில் கண்ணீர் கொட்டத் தொடங்கியது. "சரி சரி அழாத வேணி" சமாதானம் செய்தான். தோழிகள், சற்றுத் தொலைவில், டியும், சம்சாவும் சாப்பிட்டுக் கொண்டிருக்க, கடையின் பின்புறம், இருவரும் சென்று, சற்றுத் தனிமையில், பேசிக் கொள்வர். கதிர், அவளை அணைத்து, நெற்றியில், உதட்டில் முத்தமிடுவான். டிக்கடைக்காரர், பின்புறம் வெங்காய மூட்டை எடுக்க வரும் போது, இவர்களை பார்த்ததும், இருவரும் சரி செய்து கொள்வார்கள், தம்பி கதிர், இந்த புள்ளயா ஏமாற்றிடாதப்பா, கடந்த ஒரு வருஷமா நீ இங்க வந்து போறதும், அந்தப் புள்ள மனசை கெடுத்ததும் எனக்குத் தெரியாமலில்லை, பார்த்துக்க அவ்வளவுதான்" என்பார்.

## செல்வி

அந்த வருடத்துடன் படிப்பு முடிய, கதிரும் வேணியும், அங்கே சந்திப்பது நின்று போயிற்று. அவளுக்கு செங்கல்பட்டு அரசினர் மருத்துவமனையில் வேலை கிடைக்க, அங்கே போய்விட்டாள். கதிர், சென்னை புறநகர்ப் பகுதியான முடிச்சூரில் ஒரு தனியார் ஆட்டோமொபைல் கம்பெனியில் எலக்ட்ரிக் மெயின்டனனஸ் சூப்பர்வைசராக வேலைப் பார்த்து வந்தான். அடுத்த வருடமே, இருவரும் வீட்டு எதிர்ப்புகளை மீறி, ரிஜிஸ்டர் மேரேஜ் செய்து

கொள்ள, வேணி வீட்டில் அவளை முற்றிலும் கை கழுவி விட்டு, வருடம் ஒன்று ஓடிப் போய்விட்டது.

தற்போது வேணி முழுகாமலிருக்கிறாள். இருவரும், படப்பையில் ஒரு தொகுப்பு குடியிருப்பில், கீழ்த் தளத்தில், ஒரு பெட்ரூம் வீட்டில் வசித்து வந்தனர். வேணிக்கு ஆண் குழந்தை பிறக்கிறது. பிள்ளை வளர்கிறான். இருவரும், வேலைக்குச் சென்று வர, குழந்தை பெரும்பாலும் பக்கத்து வீட்டிலேயே வளர்ந்தான். செல்வி, பக்கத்து வீட்டுப் பெண். தாம்பரத்தில் கல்லூரி இறுதியாண்டு படித்து வருகிறாள். வேணி, மருத்துவமனையிலிருந்து, திரும்ப தாமதம் ஆகும் போதெல்லாம், குழந்தையை நன்கு கவனித்துக் கொள்வாள். கதிர் அண்ணா, வேணி அண்ணி என்று பாசமாய் இருப்பாள். குழந்தை அர்விந்த், செல்வி ஆண்டி என்று உயிரை விடுவான். வேணி, செல்வி இருக்கும் தைரியத்தில், சில நாட்கள் ஓவர் டைம் பார்த்தும் வருவாள்.

வருடங்கள் ஓடிற்று. அர்விந்த் 4ஆவது படிக்கிறான். செல்வி கல்யாணம் ஆகி வேலூர் சென்று விட்டாள். கதிர் இந்த வருடம் கம்பெனி வேலை விஷயமாக, அடிக்கடி வெளியூர் சென்று வந்து கொண்டிருந்தான். இரவு லேட்டாக திரும்பிக் கொண்டிருந்தான்.

## இரட்டை கொலை

அன்று, வேணி மருத்துவமனைக்கு வேலைக்கு சென்றவள், உடல் நிலை சரியில்லை என்று, விடுப்பு எடுத்துக் கொண்டு, மதியமே புறப்பட்டு விட்டாள். கதிர், காலையில், அவளுக்கு முன்னரே அன்று வேலைக்குச் சென்று விட்டதால், சாவியை செல்வி வீட்டில் கொடுத்துச் சென்றதை, வாங்க வேணி உள்ளே செல்ல முற்பட, கதிரும் செல்வியும் அங்கே ஒன்றாக சந்தோசமாக அந்தரங்கத்தில் இருப்பதை காணத் திடுக்கிட்டு, அவர்கள் இருவரின் கண்ணிலும் படாமல், மீண்டும் கிளம்பி மருத்துவமனைக்கே சென்று விடுகிறாள்.

திருமணமாகிப் போன செல்விக்கும், தன் காதல் கணவனுக்குமான கள்ளத் தொடர்பு கண்டு, நெஞ்சடைத்தவளாய், ஆத்திரமும் அழுகையும் பொங்கி வர, வெடித்து அழுதாள். சற்று நேர யோசனைக்குப் பிறகு, கோபம் தணிந்ததும், ஆப்ரேஷன் தியேட்டர் சென்று, குளோரோபார்ம் மருந்தும், பிரசவக் கத்தி ஒன்றையும் எடுத்து, கைப்பையில் வைத்துக்கொண்டு, மீண்டும் வீட்டிற்கு வருகிறாள்.

செல்வி வீட்டுக்கு வெளியில் நின்று, அழைப்பு மணியடித்ததும், செல்வியை புதிதாய் பார்த்தவளாய், "எப்பம்மா வந்த? வீட்டுக்காரர் வந்திருக்காரா? என்றாள். இல்லை அண்ணி, அவர் வெளியூர் போயிருக்காரு. அண்ணன் வந்தாரம்மா? என வேணி கேட்க, செல்வியின் கண்கள் பொய் பேசுவதை கண்டு கொண்டாலும், காட்டிக் கொள்ளாமல், சாவி வாங்கி கொண்டாள். வீட்டில் யாருமில்லையாமா? எனறாள். எல்லோரும் திருவண்ணாமலைக்கு ஒரு சாவுக்கு சென்று இருப்பதாகவும், நாளை காலை தான் வருவார்கள் என்றும் சொல்ல, வேணிக்கு நிம்மதியாக இருந்தது.

இரவு, அர்விந்தை தூங்க வைத்து விட்டு, செல்வி வீடு சென்று, சமையலறையில் இருந்தவளிடம், பேச்சுக்கு கொடுத்துக் கொண்டே, கையில் தயாராக வைத்திருந்த மயக்க மருந்தை, செல்வி மூக்கிலருகில் கொண்டு செல்ல, நிமிடத்தில் செல்வி மூர்ச்சையுற, பிரசவக் கத்தியினால், லாவகமாக அவளது குரல்வளையில் சரக்கென்று வெட்ட, இரத்தம் பீறிட்டு கொப்புளித்தாலும், மூச்சு நிற்கும் வரை அமைதி காத்து, அடங்கியதும், பிணத்தை கட்டிலில் கிடத்தி, போர்வை போர்த்தி விட்டு, கீழே சிந்தியிருந்த இரத்தத்தை சுத்தம் செய்து விட்டு, வீடு திரும்பினாள்.

நேரம் இரவு பதினோரு மணி. அர்விந்த் அயர்ந்து தூங்கி கொண்டிருக்கிறான். கதிர் 12 மணி போல வீட்டிற்கு வர, விழித்துக் கொண்டிருந்த மனைவியைப் பார்த்து, ஏன் இன்னும்

தூங்கலையா? என்றான். "இல்லை கதிர், இன்னைக்கு ஒரு கேஸ். ஆஸ்பிடல்ல. புதுசா கல்யாணம் ஆனப் பொண்ணு, வேறு யாரோடவோ கள்ளத் தொடர்பு வச்சிருந்தா போல. அந்த ஆளும் கல்யாணம் ஆனவன் போல. ஆத்திரம் வந்து அவன் பொண்டாட்டி, இந்தப் பெண்ணை, குரல் வளையில கத்தி வச்சி வெட்டிடுச்சு. இரத்தம் புல்லா போயிட்டதால, பாவம் காப்பாத்த முடியல" என்று சொல்லி, அவனது முகம் மாறக் கண்டு, சரி நான் தூங்குறேன், நீ சாப்பிட்டியா என்றாள். அவன் "உம்" என்று சொல்லி விட்டு, பக்கத்து வீட்டு செல்வி இன்னைக்கு வரதா அவ அப்பா காலையில சொன்னாரே, வந்திருக்கா என்று, ஒன்றும் தெரியாதவன் போல கேட்டான். செல்வியினுடனான அவனது கள்ளத் தொடர்பு பற்றி, வேணிக்கு எதுவும் தெரியாது என்ற திருப்தி ஒரு புறமும், குற்ற உணர்ச்சி இன்னொரு புறமும் அவனை வருத்தியது.

தூங்குவது போல பாவனை செய்து கொண்டிருந்த வேணி, இரவு 2 மணியைத் தாண்டியதும், எழுந்து பார்க்கையில், கதிர் ஆழ்ந்து தூங்கிக் கொண்டிருக்க, செல்வியை கொலை செய்தது போல, காதல் கணவனையும், தன் ஆத்திரம் தீர கொன்று முடித்திருந்தாலும், இறந்து கிடைக்கும் காதல் கணவனை, பார்க்க மனசில்லாமல், வேகமாய் வீட்டை விட்டு வெளியேறி, அந்த அதிகாலை இருட்டில் நடக்கத் தொடங்கினாள். மழைத் தூறல் போட ஆரம்பித்தது.

நகராட்சி குப்பை வண்டி அந்த டீக்கடைக்கு வந்தது. துப்புரவு பணியாளர் டீக்கடை குப்பைத் தொட்டியை எடுத்து வண்டியில் தட்டினார். இரத்தக் கறையோடு, ஒரு பிரசவ கத்தி ஒன்று வெளியே வந்து விழுந்தது. டிவியில், காலை நியூஸில், படப்பை அருகே, இன்று அதிகாலை ஒரு இரட்டை கொலை நடந்தது பற்றியும், மேம்பாலத்தின் அடியில் பெண் ஒருவர் குதித்து தற்கொலை செய்து கொண்டது பற்றியும் செய்தி ஓடிக் கொண்டிருந்தது.

# 3. அபர்ணா F 22

காலை 6 மணி...! திருச்சி ஆண்டார்த் தெரு! முகத்தில் வெயில் படவும் சோம்பல் முறித்து எழுகையில், மலைக்கோட்டையில் தீபாராதனையின் ஒளி தெரிந்தது! "பிள்ளையாரப்பா" கன்னத்தில் போட்டுக் கொண்டேன்!

ஜன்னல் வழி தூரத்தில் பக்கத்து வீட்டு மொட்டை மாடியில் தலை காயத் துவட்டுகிறாள் ஒரு பெண்! கூந்தல் முழுதாய் மறைக்க அவளது முகம் தெரியவில்லை, ஆனால் இளமை தெரிந்தது. உருவம் சரியாய் பதியவில்லை, ஆனால் பருவம் புரிந்தது! ஆர்வமதிகமாகி, விலகியிருந்த கைலி சரிசெய்து, முகத்தில் நீர்த் தெளித்து, "அம்மா காபி" என அவளுக்கு கேட்கும்படி சத்தமாய் கத்தினேன்!

சத்தம் கேட்டு அந்தப் பாவையின் பார்வை எனை நோக்க, தரிசன திருப்தியில் ஒரு கணம் எச்சில் விழுங்கிக்கொண்டே, அவளை வெறித்துப் பார்த்தேன்! தலையில் அடித்துக் கொண்டாள்! கைகளில் முகம் புதைத்து சிரித்துக் கொண்டாள்! அசிங்கப்பட்டவனாய் கீழே பார்த்த போது கைலிக்கு பதில் போர்வையை சுற்றியிருந்தேன்.

அந்த வெட்கப் புன்னகை என்னைத் தாக்கி, வதம் செய்து, கிறங்கடித்து இதோ இன்றோடு தேதி பன்னிரெண்டு ஆகிறது!

தினமும் காலையில் அவள் வருவாளா? தரிசனம் தருவாளா, எனக் காத்திருப்பேன்! இன்று வந்தாள்! இம்முறை தைரியம் வரவழைத்து "பெயரென்ன?" என்றேன். "எதற்கு?" என்றாள். "சும்மாத் தெரிஞ்சுக்கலாம்னு" என்றேன். "தெரிஞ்சு"?? "உன்னை எனக்கு பிடிச்சிருக்கு" என்றேன்! முகம் கோபம் காட்டியது!

"நான் யார் தெரியுமா? என்றாள். "தெரியும்" என்றேன். "யார்?" "என் வருங்கால மனைவி" என்றேன்! இம்முறை கோபமில்லை! சிரித்தாள். பரவசமடைந்தேன்! "சந்திக்கலாமா?" என்றேன். "எப்ப?" இது அவள்! "மாலை 4 மணிக்கு பாரதி பூங்காவில்", இது நான்! "சரி" சொல்லி விட்டு சென்றாள்! "பெயர்?" கத்தினேன், அவள் சென்றுவிட்டிருந்தாள்!

மாலை 4 ஆக இன்னும் பத்து மணி நேரமிருந்தது. நாள் முழுதும் நான் நானாக இல்லை! பசிக்கவில்லை! இரெண்டு முறை குளித்தாயிற்று! நான்கு டிரெஸ் மாற்றியாயிற்று! மணி 2 தான் ஆயிருந்தது! பாரதி பூங்கா செல்ல அதிகபட்சம் 20 நிமிடங்கள் ஆகலாம். ஆனாலும் 2 மணிக்கு முன்பேயே சென்றுவிட்டேன்! நுழைவு வாயிலின் நேரே அவள் வந்ததும் என்னை பார்க்க ஏதுவாக, நடுவில் இருக்கும் தாமரைத் தடாகச் சுவற்றில் அமர்ந்து கொண்டேன்! மணி நான்கைக் கடந்து பத்து நிமிடமாகியிருந்தது! அவசரத்தில் அவளது என்னைக் கூடக் கேட்கவில்லை. என்னையே கடிந்து கொண்டேன்! ஓர் ஆட்டோ வந்தது! என்னுள் மெலிதாய் நம்பிக்கை வந்தது! மஞ்சள் நிற சுடிதாரில் வெண்பூக்கள் ஆங்காங்கே என கவிதையாய் வெளியே இறங்கினாள் என்னவள்! தோளில் ஒய்யாரமாய்த் தொங்கிக் கொண்டிருந்த கைப்பையிலிருந்து பணம் எடுத்து கொடுக்கவும், காற்று பலமாய் அடித்தது! அருவியாய் அவள் கூந்தல் விலக, கழுத்தில் சுற்றியிருந்த சால்வைப் பின்னோக்கிப் பறந்தது! வாய்ப்புக்காக காத்திருந்த நான், எழுந்து அதை நோக்கி ஓட, எதிரில் ஒரு கார் அவசரமாய் என்னை மோதவும், தூரத்தில் அழுகுரல் ஓலமாய் கேட்க, வலி உணரும் முன் மயங்கிப் போனேன்! விழித்துப் பார்க்கையில்...! என் குடும்பம் முழுக்க என்னைச் சுற்றியிருக்க, என் கண்களோ அவளைத் தேடின!

உடலில் ஒரு இடம் பாக்கியில்லாமல் ரணம் தெறிக்க, வழியும் கண்ணீரைத் துடைக்க அம்மா அருகில் வந்தாள்! நீ எங்கடா பூங்காவுக்குப் போன? என்றாள். "உன்னோடு சேர்ந்து பக்கத்து வீட்டுக்கு வந்திருந்த அவங்க சொந்தக்காரப் பொண்ணும்

அடிபட்டுடாடா, பாவம் அவளுக்கு இன்னும் முழிப்பு வரல! அடுத்த வார்டில் தான் அந்தப் பொண்ணும் இருக்கு! சொன்னதும் இடிந்து போனேன்.

இது தங்கம்மா. அவளது தூரத்து சொந்தக்கார அத்தை. அவள் தான் நாளும் பகலும் அவளோட துணைக்கு இருக்கா! அந்தப் பொண்ணுக்கு நாகப்பட்டினம் பக்கத்தில ஏதோ பொன்வேலியாம், பாவம் அந்த பொண்ணோட தாயும் தகப்பனும் போன வருஷ புயலுல பலியாயிட்டாங்களாம்!" அம்மா சொல்லச் சொல்ல எனக்கு நெஞ்செமெல்லாம் பதறியது!

"எழுந்து நடக்க இயலாது, குறைந்தது நாலு வாரமாவது ஆகும்" மருத்துவர் சொன்னது காதில் கேட்டது. நானும் அவளும் மிக அருகாமையில் இருந்தும் பிரிந்திருக்கின்றோம்! அவளின் மிக அருகிலேயே நானும் இருக்கிறேன் எனும் ஆனந்தத்தைக் கூட முழுமையாக பறைசாற்றிக் கொள்ள இயலா நிலையில் நான். வலியின் வேதனை ஒருபுறமும் என் 'அவளை' பற்றி யாரிடமும் கூற இயலா சங்கடம் இன்னொரு புறமுமென துக்கம் தொண்டை அடைக்க நொந்துப் போனேன்! அவள் பெயர் கூட அறியா என் பேதைமையை எண்ணி வெதும்பினேன்! ஒவ்வொரு வாரமும் ஒவ்வொரு யுகமாய் கடந்தது! அவள் விழித்துக் கொண்டு விட்டாள் என்று செய்தி வாராதா எனக் காத்திருந்தேன், அவள் விழித்தபாடில்லை. அவள் நிலைமையோ 'கோமா' சென்று விட்டதாக தங்கம்மா சொன்னதாக, அம்மா சொன்னாள். துடிதுடித்துப் போனேன்!

எழுந்து நடக்க இயன்றதும் அவள் பெயர் அறியும் ஆவலில் அவள் இருப்பிடம் தேடிச் சென்றேன்! அங்கே என் தேவதை வெறுமையாய் பொலிவற்று வாடிக் கிடந்தாள்! கட்டிலில் தொங்கிய பெயர்ப்பலகை "அபர்ணா" F 22 என்றது! அவளின் இந்த நிலைமைக்கு நான் தான் காரணம் என்று அவளது உறவினரிடம் சொல்லிவிட வேண்டும் என அறிவு சொல்லிற்று! ஆனால் மனமோ வேண்டாம் என்றது! அவள் என்னைத் தேடி

வந்ததால் தான் இப்படி ஆனது என்றால் அந்த குடும்பத்திற்கு அவமானம் அல்லவா? ஆகவே சொல்லாது என்னுள்ளே பூட்டி வைத்துக் கொண்டேன்!

நான் குணமானதும் வீடு செல்ல அறிவுறுத்தப்பட்டேன். தந்தை பணிமாற்றல் காரணமாக நாங்கள் திருச்சியிலிருந்து சென்னை சென்று விட்டோம்! அவளது குடும்பம் அவளை தங்கம்மாவுடன் கிராமத்திற்கே அனுப்பி விட்டது!

ஊரில் அபர்ணா வெறும் உயிரை மட்டும் வைத்துக் கொண்டு இன்னும் கோமாவில் தான் கிடக்கிறாள்! நானோ உயிரோடிருந்தும் நடை பிணமாய் இருக்கிறேன்! படித்து முடித்து வேலைக்குச் சென்றதும் நான் எடுத்த முடிவை கண்டு என் குடும்பம் அதிர்ந்து போனது! அப்பா மட்டும் 'உன் இஷ்டம்டா" என்று சொன்னார்!

அவளுக்கான என் காத்திருத்தல் வாரங்கள், மாதங்கள், வருடங்கள் என்றாகி விட்டது! நான் பொன்வேலி வந்து இருபத்தைந்து வருஷம் ஆகிவிட்டது! எனக்கு இப்பொழுது வயது ஐம்பது ஆகிறது! ஒரு குடும்பம் இருந்திருக்கலாம்! மகனுக்கு ஒரு பெண் குழந்தை பிறந்திருக்கலாம்! ஆனால் எதுவுமில்லை, அதனால் பரவாயில்லை, எனக்கு அந்த கவலை எல்லாம் இல்லை! இதோ என் மானசீக மனைவி அபர்ணா இப்ப முழிச்சுக்குவா! எனக்கு நிறைய வேலையிருக்கு!

# 4. காதல் வசப்படும்?

கதை நாயகி, மென்பொருள் நிறுவனம் ஒன்றில் பொது மேலாளர்! நாயகன் கட்டிட உள் அலங்கார நிபுணன்! இருவரும் கிறித்தவ மதம் சார்ந்தவர்கள். நாயகி பணிபுரியும் நிறுவனம், புதிய இடம்பெயர்தலை முன்னிட்டு நிபுணர்களை அழைக்கிறது! அவர்களில் நாயகன் நிறுவனமும் போட்டியிடுகிறது. விளக்கச் சந்திப்பில் நாயகன் நாயகிக்கு அறிமுகமாகிறான்! அவனது ஆளுமையில் நாயகி மனதைப் பறிகொடுக்கிறாள். நாயகனின் திறமை அந்த வேலையை அவனது நிறுவனத்திற்கே வென்றுத் தருகிறது.

நாட்கள் செல்கின்றன! நாயகி அவன்பால் காதல் கொள்கிறாள். வெளிப்படையாக சொல்லத் தயக்கம் அவளுக்கு! அவனைச் சந்திக்கும் பல சந்தர்ப்பங்களில் சொல்லத் தவிக்கிறாள். தன்னைப் பற்றி அவனது எண்ணம் என்ன என்பதில் ஆர்வமாயிருக்கிறாள். தன்பால் அவனுக்கு காதல் வாராதா என ஏங்குகிறாள்! நாயகன் இதை அறியாமலிருக்கிறான். அவனது கவனமெல்லாம் செய்யும் வேலையிலேயே இருக்கின்றது! நாயகியிடத்தில் மரியாதையாய் நடந்துகொள்கிறான். வேலையின் நிறைவு அவர்களைப் பிரிக்கின்றது!

6 மாதங்கள் நகர்கின்றன. நாயகி வீட்டில் திருமணப் பேச்சு வருகிறது. அவளது தந்தை ஓர் முற்போக்குவாதி! தன் மகள் விருப்பத்தை மதிப்பவர். அவளிடம் வினவுகிறார். நாயகி தன் விருப்பத்தையும், நாயகன் அதை அறியாதவன் என்றும் சொல்கிறாள். என்ன செய்யலாம்? கேட்கிறார். பொது நண்பர்கள் எவரேனும் உள்ளனரா என ஆராய்கிறார். அவனது நிறுவனத் தலைமை அதிகாரி தன் பால்ய சிநேகிதன் என்று அறிந்து

கொண்டதும் குதூகலம் அடைகிறார்! நாயகிக்கு நம்பிக்கைப் பிறக்கிறது!

விதி வேறாக இருக்கின்றது! அவனுக்குத் திருமணமாகி விடுப்பில் இருக்கக் கேட்டு அதிர்கின்றனர்! கூடுதல் தகவலாக, அவனது புது மனைவி தன் நிறுவனத்தில் பணி புரிகின்றதும் தெரிய வருகிறது. நிலைகுலைந்து போகிறார். மகள் நிலைகண்டு மனம் வாடுகிறார். அவளது மனம் புரிந்து, தேற்றி, இலங்கையிலிருக்கும் தன் தமக்கை இல்லம் அனுப்பி வைக்கிறார். புதுச் சூழல் அவளுக்கு அந்நியமாயிருக்கிறது! தேவாலயம் செல்ல விரும்புகிறாள். நாளை பண்டிகைக்கு செல்லலாம் என்கிறாள் அத்தை. 'கூட்டமாயிருக்கும்' என அடம்பிடித்து முதல் நாளே சென்று வருகிறாள்.

நாயகனோ தேனிலவை கழிக்க புது மனைவியுடன் இலங்கை வந்திருக்கிறான். அன்று ஞாயிற்றுக் கிழமை! இயேசு உயிர்த்தெழும் நாள்! புது மனைவியுடன் தேவாலயம் செல்கிறான். எதிர்பாராமல் தீவிரவாதத் தாக்குதலால் ஆலயத்தில் குண்டுவெடிப்பு நிகழ்கிறது. எங்கு நோக்கினும் மனிதப் பிணங்கள் சிதறிக் கிடக்கின்றன. புது மனைவி பலியாகிறாள்! நாயகன் படுகாயமடைந்து தலையில் குருதியுடன் கிடக்கிறான்!

மரண ஓலம் அந்தப் பிரதேசமெங்கும் ரணமாய் கேட்கிறது. செய்தி தீயாய் பரவுகிறது. எதேச்சையாக நாயகி அந்தச் செய்தி பார்த்து அதிர்கிறாள். தான் நேற்று சென்று வந்ததை எண்ணிப் பார்த்துக் கொள்கிறாள். தந்தை அலைபேசியில் அழைக்கிறார். செய்தி பார்க்கச் சொல்கிறார். தன் நிறுவனத்தில் பணிபுரியும் நாயகனின் மனைவி குண்டுவெடிப்பில் இறந்த தகவல் தருகிறார். அப்படியென்றால் அவன் கதி? நாயகி சம்பவ இடம் விரைகிறாள். அவன் பிழைத்தால் போதுமென வேண்டிக் கொள்கிறாள். இறந்தவர் பற்றியத் தகவல் பெறத் துடிக்கிறாள்! இறுதியில் மருத்துவமனையில் சிகிச்சை பெறும் பட்டியலில் அவன் பெயர்கண்டு நிம்மதியடைகிறாள்! தீவிர சிகிச்சை ஒரு

வாரம் செல்கிறது! தினசரி வந்து செல்கிறாள். அவனது குடும்பம் அவளைப் பற்றித் தெரிந்து கொள்கிறது. பணியழைக்க நாயகி சென்னை திரும்புகிறாள்.

3 மாதம் கழித்து அவனுக்கு நினைவுத் திரும்புகிறது, ஆனால் முழுமையாக இல்லை! தலையில் அடிபட்டதில் அவனது சில நினைவுகள் அவனிடத்தில் காணமல் போயிருந்தன! குறிப்பாக தன் திருமணம் பற்றிய நினைவு அவனுக்கு சுத்தமாக இல்லை! அவன் உயிர்ப் பிழைத்தது கடவுள் செயல் என்று அவன் குடும்பம் அவனை சென்னைக்கே அழைத்து செல்கிறது.

சென்னை வந்ததும் பணிக்குத் திரும்புகிறான். அவனுக்கு நிகழ்ந்த அனைத்தையும், நாயகி பற்றியும் தன் தலைமை அதிகாரி சொல்லக் கேட்டு, அவளைத் தேடி இலங்கை செல்கிறான்!

அங்கே அவள் இல்லை. இடிந்து போனான். அவளை மீண்டும் பார்க்க தனக்கு அதிர்ஷ்டம் இல்லையோ என வருந்தினான். குடும்பத்துடன் ஒரிசா மாநிலம் பூரிக்குச் சென்று 4 நாட்கள் ஆகிவிட்டதாய், அருகில் உள்ளவர்கள் சொல்லக் கேட்டு மீண்டும் சென்னைக்குத் திரும்பினான்.

வானிலை செய்திகளில் ஒரிசாவில் சமீபத்தில் கரையேறிய "டோலி" புயல் பற்றி செய்தி வந்து கொண்டிருந்தது. புயல் ஒரிசாவில் ஆடிய தாண்டவத்தை அறிந்து பதைபதைக்கின்றான். நிறுத்தி வைக்கப்பட்டிருந்த விமான சேவை, மீண்டும் இயங்கத் தொடங்கியதாக தெரிந்தது அறிந்து மறுநாள் விமானம் பிடித்து கட்டாக் செல்கிறான். கட்டாக்கிலிருந்து பூரி செல்ல ஒரு காரை அமர்த்திக் கொள்கிறான். வழி நெடுக புயலின் தாக்கம் தெரிந்தது. மழையும் கொட்டிக் கொண்டே இருந்தது.

அங்கே, அவன் கொணர்ந்த முகவரியில் இருந்த பழைய வீட்டில், அவள் பெயர் கேட்டு வெளியே காத்து நின்றான். கொட்டும் மழையில் சொட்ட சொட்ட நனைந்து நின்று கொண்டிருந்தான். மேலே மாடியில் இருந்து அவனைப் பார்த்தவள், படிகளில்

விரைந்து வந்து, கொடியில் கிடந்த துண்டை எடுத்துக் கொண்டு வந்து அவனிடம் கொடுக்கையில், விரல் நடுங்க, உதடு துடிக்க, துண்டை நீட்டியவாறேக் கேட்டாள், 'இங்க என்ன செய்றீங்க?' துண்டுடன் சேர்த்து அவளையும் அணைத்தவன். நெற்றியில் மய்யமாய் முத்தமிட்டுக் கொண்டே கேட்டான்,

'நீ இங்கு என்ன செய்ற?'

# 5. உயிர்ப்பறவை

இன்று பிப்ரவரி 14... நேரம் மாலை 5:40.!

மேகா வந்து அரை மணி நேரமாகி விட்டது. அடையாறு கடலோடு கலக்கும் முகத்துவாரத்தில், பாதி அழிந்த நிலையில் நின்று கொண்டிருக்கும் பாலத்திற்கு அவள் வந்து அரை மணிக்கும் மேலாக ஆகி விட்டிருந்தது. பாலத்தின் அடியில் குழந்தைகள் விளையாடிக் கொண்டு இருக்கிறார்கள்.

"அக்கா, நீங்க ரொம்ப அழகா இருக்கீங்க" என்றது அந்த நீலப்பாவாடைச் சட்டை அணிந்திருந்த சிறுமி. மேகா, இலேசாக புன்முறுவல் செய்தாள். முழுமையாய் அவளால் சிரிக்க முடியவில்லை. காரணம், ஆகாஷ்.

மதியம் பாண்டிச்சேரியிலிருந்து கிளம்பும் போது, இன்று மாலை 5 மணிக்கு அவர்களுடைய பேவரிட் ஸ்பாட் - பட்டினப்பாக்கம் பழைய பாலத்தில் சந்திப்பது என்று ஆகாஷ் சொல்லியிருந்தான். அதனால் தான் நிற்கிறாள். அவன் வருகைக்காக காத்திருக்கிறாள்.

காற்று பலமாக வீசுகிறது நெற்றியில் கற்றையாய் முடி மீண்டும் மீண்டும் விழ, அதை சரி செய்து சரி செய்து தோற்றுப் போனாள். வெளிர் நீல குர்தாவும், ஜீன்ஸ்ஸூம் அணிந்திருந்தாள். கண்களில், "ரே பான்" அவளை மேலும் நவீனமாய்க் காட்டியது. ஒரு கை பாலத்தின் மதில் சுவரை பிடித்துக் கொண்டும், மற்றொன்று தான் ஓட்டி வந்த காரின் சாவியையும், சுழற்றிக் கொண்டிருந்தது. சற்று தொலைவில், சில முகம் தெரியா ஆண்களின் கண்கள் அவளையே பார்த்துக் கொண்டிருந்தன. அவளுக்கு அது அருவருப்பாக ஒரு மாதிரி சங்கடமாக இருந்தது. பழகிப் போய்விட்டது, பொறுத்துக் கொண்டாள்.

அவர்கள் இருவரும் காதலிக்க ஆரம்பித்து 3 வருடங்கள் ஆகின்றன. முதலில் ஆகாஷ் தான் புரபோஸ் செய்தான். இருவரும் ஒன்றாக அடையாறில் ஒரு ரெப்புூடெட் ஆர்கிடெக்ட் ஆபிஸில் வேலை செய்கிறார்கள். ஆகாஷ் சீனியர் ஆர்கிடெக்ட், அவள் டிசைனர். அவளுடன் சேர்த்து அங்கே 4 பெண்கள் பணிபுரிகிறார்கள். அனைவருக்கும் அவன் மேல் ஒரு கண், திருமணமானவர்கள் உட்பட. அவனது அழகு, அவனிடத்து தோன்றும் டிசைன் ஐடியாக்களில் வெளிப்படும். தான் ஒரு "கிரியேட்டர்" என்ற திமிர் அவனிடம் கிடையாது. சப்ஜெக்ட்டில் யாருக்கு எந்த சந்தேகம் இருந்தாலும், கேட்டாலும் உடனே தீர்த்து வைப்பான். கண்களை மட்டும் தான் பார்த்து பேசுவான். தேவையற்ற அரட்டைகள் தவிர்ப்பான். மதிய வேளைகளில், உணவு சாப்பிடும் பொழுது, ஒரிரெண்டு வார்த்தைகள் கூடுதலாக பேசுவான். லினன் சட்டைகள் விரும்பி அணிவான். மேகா அந்த அலுவலகத்தில் இண்டர்வியூவுக்கு வந்த போது, அவனிடம் தான் அனுப்பப்பட்டாள். அன்று அவள் ஒரு கருப்பு சுடிதார் அணிந்திருந்தாள். செங்கல் சிவப்பில் ஷால் ஒன்றை ஒரு பக்கமாய் விட்டிருந்தாள். மேக்கப் பெரிதாக இல்லை என்றாலும், புருவங்களுக்கும், உதட்டுக்கும் மட்டும் சற்று தூக்கலாகத் தெரிந்தது. ஆனாலும், அவை உறுத்தலாகத் தெரியவில்லை. தலை முடியை ஒரு பக்கமாக தவழ விட்டிருந்தாள். "மே ஐ கமின் சார்" என்று அவனது அறையில் நுழைய, அவள் அணிந்திருந்த GUCCI புளோரா பெர்ப்யூம் மணம் அந்த அறை முழுதும் வியாபித்தது. அந்த புதிய நறுமணத் தாக்குதலில் இருந்து மீள்வதற்குள், அவளது "எந்த வரைமுறைக்கும் கட்டுப்படாத புதிதான" அழகு அவனை தன் முதல் பார்வையிலேயே, அந்த முதல் சந்திப்பிப்பிலேயே அவளிடத்து வீழச் செய்தது. சுதாரித்துக் கொண்டான். அவனுக்கு எல்லாம் புதிதாக இருந்தது. அந்த அனுபவம் அவனுக்கு பிடித்து இருந்தது. சம்பிரதாய கேள்விகளுக்கு அவள் அளித்த பதில்களில் அவளது அறிவு கூர்மையும் வெளிப்பட, தன தேர்வு சரி என கருதி, எம்டிக்கு பரிந்துரை செய்து அனுப்பினான். மேகா, நன்றி சொல்லி விட்டு,

அவனது கேபின் கதவை நோக்கித் திரும்பியவள், அவனை மீண்டும் ஒருமுறை தீர்க்கமாய் பார்த்தாள். அவளுக்கும், அவனது வசீகரம் பாதித்ததாகத் தான் தெரிந்தது.

மேகா வேலைக்கு சேர்ந்தாள். ஒர்க் சைட்டுகளுக்கு, பெரும்பாலும் அவளை, தன் போக்ஸ்வேகன் விட்ரஸ் காரில் தான் அழைத்து செல்வான். அன்றொரு நாள், தன் கார் சர்வீஸ் சென்று விட, "மேகா, டேக் யுவர் கார்" என்றான். ஒரு கணம், அவளுக்கு ஆச்சர்யமாக இருந்தாலும், மறு கணம், தான் மற்றவர்களால் கவனிக்கப்படுவதை புறக்கணித்து, "யா, ஸ்யூர் சார்" என்றாள். கீழ்த் தளத்திலிருந்து அவளது வெள்ளை நிற ஐ 20 காரை அனாயசமாக அவள் ஓட்டி வந்த நேர்த்தி அவனுக்கு பிடித்திருந்தது. "யூ ட்ரைவ் லைக் எ ப்ரோ" என்றான். "ஹூ செட், ஐ ஆம் நாட்" என்று துள்ளலலாகச் சொன்னாள். ஏறிக் கொண்டான். "ஹவு லாங் சின்ஸ் யூ ஜாயிண்ட் ஹியர்" என்றான். "சிக்ஸ் மந்த்ஸ் சார்". ஹே, ஸ்டாப் காலிங் மீ சார், ஜஸ்ட் ஆகாஷ் வில் டூ என்றான். அவள் ஓகே சார், சாரி... ஆகாஷ் என்றதும், தட்ஸ் பெட்டர் என்றான். அவர்களுக்குள், அந்த பரஸ்பர சம்பாஷணைகள் மேற்கொண்டு தொடர்ந்து வர, "மேகா, டேக் தி கமிங் ரைட்" என்றான் ஆகாஷ். நம்ம சைட்டுக்கு, நேரா பார்க் டவுன் தானே போகணும் அவள் சொல்லிக் கொண்டே, அவன் சொன்ன ரைட்டில் சிறு கலவரத்துடன் திரும்பினாள். அது பட்டினப்பாக்கம் கடற்கரையை நோக்கி போகும் சாலை. "டோன்ட் பேனிக், ஐ ஹாவ் டு ஷோ யூ சம் ஸ்பாட், இந்த ரைட் எடு" என்றான். அந்த பாதை மீனவர் குடியிருப்பு வழியாக சிறிது தூரம் சென்று, அடையார் ஆறு, கடலை சங்கமிக்கும் பகுதிக்கு சென்றது. அங்கே, ஒரு பழைய பாலம். காரை நிறுத்தியதும், ஆகாஷ் அந்த பாலத்தை நோக்கி நடக்கத் துவங்கினான். பின்னால், மேகா ஒன்றும் புரியாதவளாக அவனைப் பின் தொடர்ந்தாள். பாலத்தின் நடுப் பகுதியை அடைந்ததும், கடல் நீரைப் பார்த்துக் கொண்டிருந்தவன், அவள் அருகில் வந்ததும், அவள் பக்கம் திரும்பிப் பார்த்தான். பாலத்தின் கைப்பிடி சுவரில்

நிறைய இடங்களில் காதலர்களின் நினைவுக்கு குறியீடுகள் வரையப்பட்டிருந்தன. அந்த, வித்தியாசமான இடமும், சுழலும் அவளுக்குள் இனம் புரியா பரவசத்தை ஏற்படுத்த, ஆச்சர்யதுடன், "ஏ, செம ஸ்பாட் ஆகாஷ் என சொல்லி முடிக்கையில், அவளது வலது கையை சிறிது அழுத்தம் கொடுத்து தன் பக்கம் இழுத்து, அவளை தனது மார்பின் மேல் அவள் முகம் பதிக்க அணைத்து, "மேகா, ஐ டோன்ட் வாண்ட் டு பீட் அரெளண்ட் தி புஷ், ஐ திங்க் ஐ ஆம் இன் லவ் வித் யூ," என்றான். மேகா, அவனது இந்த திடீர் செயலை சற்றும் எதிர்பாராதவளாய், அவசர அவசரமாக அவளை விடுவித்துக் கொண்டு, "ஆகாஷ், ஐ நெவெர் எக்ஸ்பெக்டெட் திஸ் பிரம் யூ" என்று காரை நோக்கி நடக்கத் துவங்க, ஆகாஷ் கேட்டான், "யோசிச்சு சொல்லு மேகா". காரை எடுத்துக் கொண்டு, விருட்டென்று கிளம்பி வீட்டுக்குச் சென்று, ரூமில் தன்னை அடைத்துக் கொண்டாள். அன்று முழுதும் வெளியே வரவில்லை. அம்மா கேட்ட போது, ஒண்ணுமில்லை வழக்கமான பீரியட்ஸ் வலி என்று சமாளித்தாள். செல்லை ஆப் செய்து விட்டுருந்தாள்.

காலையில் வழக்கம் போல ஆபீஸ் சென்றாள். ஆகாஷ் கேபினில் தென்படவில்லை. மதியம் வரை அவனைக் காணவில்லை. யாரிடமாவது கேட்டு விட வேண்டுமென மனசு கேட்டது. ஆகாஷ் சார் வரல்லயா? இல்ல, அவர் போன் சுவிட்ச் ஆப்ல இருக்கு, நோ ஐடியா, ரோஷினி சொன்னாள். அவளுக்கு, ஏதோ மாதிரி இருந்தது. வாட் ஹெப்பெண்ட் டு ஹிம்? மதிய உணவை அவளால் சரியாக சாப்பிட முடியவில்லை. மாலை சீக்கிரமாக பெர்மிஷன் போட்டு விட்டு கிளம்பினாள். செல்லும் வழியில், நேற்று இருவரும் சென்றதும், அவன் பேசியதும், அவன் சிரித்ததும், அவளை இழுத்து, மார்பில் வைத்து புரபோஸ் செய்ததும், ஒரு நிமிடம் மனதில் வந்து போயின. அவளுக்கு மீண்டும் நேற்று அவர்கள் சென்ற இடம் சென்று பார்த்து விடத் தோன்றியது. காரை யூ டர்ன் செய்து, பட்டினப்பாக்கம் நோக்கி விரைந்தாள்.

தூரத்தில், அந்த பாலத்தின் நடுவில் ஆகாஷ் நின்று கொண்டிருந்தான். "ஓ மை காட், இஸ் ஹி கிரேஸி ஆர் வாட்?" நேராக அவனிடத்தில் சென்றாள். சோர்வாகத் தெரிந்ததான். அதே டிரெஸ்ஸில் இருந்தான். "ஆகாஷ், என்ன ஆச்சு உங்களுக்கு? ஏன் இப்படி பண்றீங்க?

"யோசிச்சிட்டியா" என்றான்.

வாட், நான் கேட்டதுக்கு மொதல்ல சொல்லுங்க... என்றாள்.

ஐ ம் மேட்லி இன் லவ் வித் யூ மேகா... ஆகாஷ், நீங்க என்ன பேசுறீங்கன்னு தெரிஞ்சுதான் பேசுறீங்ககளா? ஏன் இப்படியெல்லாம்... நேற்று முழுக்க இங்கேயேவா இருந்தீங்க? அவளுக்கு அழுகை வந்தது, அழத் தொடங்கினாள். அவளை மீண்டும் இழுத்து மார்போடு சேர்த்து அணைத்தான். அவள் கண்ணீர் அவனது லினென் சட்டையை நனைத்தது. அவனைப் மேலே பார்த்து, கால்களை உயர்த்தி, கைகள் இரண்டையும், முதுகிலும், அவனது பின் தலையிலும் அழுத்தி பிடித்த மாதிரி, இதழோடு இதழ் பதித்தாள்.

அவர்களுக்குள் அந்த முதல் முத்தம் அரங்கேறி, இன்றோடு 3 வருடங்கள் ஓடிப் போயின. அந்த அலுவலகம் முழுமைக்கும், அவர்கள் இருவர் பற்றியும் அவர்கள் லிவின் ரிலேஷன்ஷிப்பில் இருக்கிறார்கள் என்றும் தெரியும். திருமணத்தில் இருவருக்கும் பெரிதாக உடன்பாடு இருக்கவில்லை. எம்டி கூட, ஒருமுறை, இருவரையும் அழைத்து, "கைஸ், ஓய் டோண்டு யூ போத் கெட் மாரீட்? என்றார். இருவரும் மழுப்பலாய் பதில் சொல்லி தப்பித்தார்கள். யூ கைஸ் ஆர் வெரி கிளீயர் அன்லைக் அஸ், என்றார்... சிரித்துக் கொண்டே.

இப்போதெல்லாம், லிவின் ரிலேஷன்ஷிப் மலிந்து விட்டிருந்தது. இந்த சமூகத்திற்கு அதனைப் பற்றியெல்லாம் பெரிதாக கவலையோ, அக்கறையோ இருப்பதாக தெரியவில்லை. பெற்றோர்கள், பிள்ளைகளின் விருப்பங்களை மதித்தனர்.

அவர்களை, சுதந்திரமாக இருக்க அனுமதித்தனர். டேட்டிங் செல்வது, தங்கள் பார்ட்னர்களைத் தங்களே தேர்ந்தெடுப்பது, அவரவர் உரிமையாக பார்க்கப்பட்டது. ஆடம்பரத் திருமணங்கள் வெகுவாய் குறைந்து போய் விட்டிருந்தது. ஜாதி, மதம், ஆணவக் கொலைகள் எல்லாம் வரலாற்றுப் பாடங்களில் மட்டும் இன்னும் ஒட்டிக் கொண்டிருந்தது.

மேகா - ஆகாஷ் இருவரையும் பொறுத்த வரை மோகம், காமம் என்பது எல்லாம் காதலுடன் கூடிய பிஸிகல் ரிலேஷன்ஷிப் எனும் ஒற்றைப் புள்ளியில் சங்கமித்து விடுவதால், திருமணமோ, குழந்தை பெற்றுக் கொள்வதோ, தேவையில்லை எனும் புரிதல் இருந்ததனால், அவர்களுக்கு என்று "இரத்தமும் சதையுமாக" அவர்கள் முகம் பதித்த, அவர்கள் பெயர் சொல்ல, ஒரு குழந்தை பிறந்து விடுவதை தடுக்கும் செயற்கைச் சாதனங்களின் தேவை இல்லாமலே, அவர்களால், காதல் "செய்து" கொண்டிருக்க முடிந்தது.

நேற்று இரவு, முதல் தடவையாக, கலவியினூடே ஆகாஷ் கேட்டான். பேபி, ஷால் வீ ஹாவ் எ பேபி? அயர்ச்சியில், கண்களைத் திறக்காமலே, பதில் சொன்னாள். "ஏண்டா, இப்ப திடீர்னு? இறங்கு கீழ்... போர்வையை சரி செய்து கொண்டு, திரும்பி படுத்தாள். பேபி, நாளைக்கு ஈவ்னிங் நம்ம பேவரைட் ஸ்பாட்ல 5 மணிக்கு மீட் செய்யலாமா? என்னாச்சுடா உனக்கு? பேசாம தூங்குடா. அசதியில் தூங்கிப் போனவள், முகத்தில் வெளிச்சம் பட்டதும், மெதுவாக கண்ணைத் திறந்தாள். மணியைப் பார்த்தாள். 7:45 AM பிப் 14 எனக் காட்டியது. ஓ, ஷிட்..." ஆகாஷ் எங்கடா போன? ஆகாஷ் அவளுக்கு புரபோஸ் செய்து இன்றோடு 3 வருடங்கள் முடிகிறது. போனைப் பார்த்தாள். ஆகாஷ் மெசேஜ் செய்திருந்தான். "கோயிங் டு பாண்டி, வில் பி பேக் இன் த ஈவ்னிங்".

ஆபிசில், பாஸ் அழைத்தார். மேகா, ஆகாஷ் பாண்டி போயிருக்கான்மா. தெரியும் சார், தேங்க்ஸ். லன்ச் பிரேக்ல,

அவனுக்கு கால் செய்தாள். "கிளம்புறேன் பேப்ஸ்" என்றான். "என்ன சார், செம ரொமான்டிக் மூடில் இருக்கீங்க போல? "ஆமா, யூ நோ வாட் டே டுடே" சொல்லிக் கொண்டே கிஸ் செய்தான். "ரோட்டைப் பார்த்து ஓட்டுடா" அருகில் ரோஷினி அவளைப் பார்த்து சில்மிஷமாய் சிரித்தாள்.

இதோ பாலத்தில் நடுவில் ஆகாஷுக்கு முதன் முதலில் தான் கொடுத்த முத்தமிட்ட இடத்தில் நின்று கொண்டிருக்கிறாள். கைப்பிடிச் சுவரில், ஒரு ஹார்ட் படம் போட்டு, அதில் மேகா - ஆகாஷ் என்று எழுதி இருந்தது. ஆம், இதே இடம் தான். அவளுக்கு நன்றாக ஞாபகம் இருக்கிறது. நேரம் மாலை 6 ஐக் கடந்து விட்டிருந்தது. அவன் இன்னும் வந்து சேரவில்லை. இருள் சூழத் துவங்கிருந்தது. ஒரு மணிக்கெல்லாம் கிளம்பினானே, ஏன் இவ்வளவு லேட் ஆகுது. போனும் போக மாட்டேங்குது. ஏன் இப்படி செய்றான்... ரோஷினியிட மிருந்து அழைப்பு வந்தது. "ஏய், மேகா எங்க இருக்கப்பா...? பதட்டமாக கேட்டாள். "ஆகாஷ் கார் ECR கல்பாக்கம் பக்கத்தில மீடியன்ல மோதி..." ரோஷினி சொல்லிக் கொண்டிருந்த போதே, மேகா மயக்கத்தில் சரியத் தொடங்கினாள்.

பாலத்திற்கு கீழே விளையாடிக் கொண்டிருந்த அந்த நீலப்பாவாடை அணிந்திருந்த சிறுமி, அவள் கீழே விழுவதை பார்த்து, "ஆயா, ஆயா...என்று கத்திக் கொண்டு, பாலத்தின் மேலே ஓடி வந்தது. அந்த சிறுமியின் ஆயாவும், இன்னும் சில பெண்களும் சற்று நேரத்தில் அங்கே கூடி விட, ஆயா, தான் கையோடு கொண்டு வந்திருந்த தண்ணீரை மேகாவின் முகத்தில் தெளித்தாள். மேகா, புருவம் சுருக்க, ஆயா அவளது நாடியை பரிசோதித்தாள். முகத்தில் சற்று புன்னகையோடு, பக்கத்தில் இருந்த ஒரு பெண்ணிடம் ரகசியமாக ஏதோ சொன்னாள். இந்த காலத்தில, புள்ளைங்களுக்கு எல்லாத்துக்கும் அவசரம்... அவள், ஆயாவை குழப்பத்துடன் பார்க்க, "நீ உண்டாயிருக்கம்மா" என்று அவள் நெற்றியில் வாஞ்சையாய் தடவினாள்.

அதற்குள், ஆகாஷ் போனில் இருந்து கால் வர, சுதாரித்துக் கொண்டவளாய் மேகா பேச, மறு முனையில் பாஸ் பேசினார். "மேகா, வேர் ஆர் யூ? சாரிம்மா, கொஞ்சம் சீக்கிரம் வாம்மா...!

ஆஸ்பிடலில், ரோஷினியும், பாஸ்ஸும் இன்னும் சிலரும் ICU க்கு வெளியே நின்று கொண்டிருந்தனர். மேகா, பீறிட்டு வந்த அழுகையை கஷ்டப்பட்டு அடக்கிக் கொண்டு, "என்ன சார் ஆச்சு ஆகாஷூ க்கு...???? கொஞ்சம் பொறுமையா இருமா. ICU விலிருந்து டாக்டர் வெளியே வர, பாஸ் அருகில் சென்று கேட்டார். மேகாவை அவரிடம் அறிமுகம் செய்து வைத்தார். "ஹி ஹேஸ் சிவியர் இன்ஜூரிஸ் இன் ஹிஸ் லெப்ட் லெக், பிராக்சர் இன் த நீ... மற்றபடி ஹி இஸ் அவுட் ஆப் டேஞ்சர், தேங்க்ஸ் டு ஏர் பேக்ஸ்..." சொல்லிச் செல்ல, அனைவரும் நிம்மதி பெருமூச்சு விட்டனர்.

இரண்டு நாள் கழித்து ஆகாஷ் ரூமுக்கு மாற்றப்பட்டான். ஒவ்வொருவராக, அவனைப் பார்க்க வந்தவர்கள், அவனைப் பார்த்து, ஸ்பீடி ரிக்கவரி பொக்கேக்களை தந்து விட்டுச் சென்று கொண்டு இருந்தனர். மேகா, எல்லாருக்கும் நன்றிகளைத் தெரிவித்துக் கொண்ட வண்ணம் இருந்தாள். விஸிட்டிங் அவர்ஸ் முடிந்ததும், அவன் அருகில் வந்து, அமர்ந்து கொண்டு, கைகளைப் பிடித்துக் கொண்டு கேட்டாள் "பேபி, எப்படியிருக்க...???" வலியுடன் மெதுவாய் புன்னகை செய்தான்.

மேகா, அவன் நெற்றியில் முத்தம் பதித்து, காதின் அருகே மென்மையாய் சொன்னாள். "ஐ ஏம் பிரக்னன்ட்டா". ஆகாஷ் கண்களில் இருந்து நீர் வழியத் துவங்கிற்று.

அந்த ரூமின், ஜன்னலுக்கு வெளியே, தூரத்தில் ஒரு பறவை தன் குஞ்சுகளுக்கு இரை அளித்துக் கொண்டிருந்தது.

# 6. அன்பே வா அருகிலே

"சித்ரா, நாளைக்கு காலையில, ஏர்லியரா கிளம்பணும், ட்ரைவரை நாலரை மணிக்கெல்லாம் வரச் சொல்லியிருக்கேன். மதுரையில் மீட்டிங் முடிச்சுட்டு, மேகமலை எஸ்டேட் வரை போகணும். ஷவரில், நனைவதற்கு முன் சொல்லி விட்டு, தாழிட, அவனை துண்டு கொடுக்கும் சாக்கில் இறுக்கி அணைத்தாள். "சித்து, தாலி குத்துதடி விடுடி" என்றவுடன் விருப்பமில்லாமல் விடுவித்தாள்.

அவர்களுக்கு திருமணமாகி 6 வாரங்களே ஆகின்றன. OMR இல் பாஷ்யம் அப்பார்ட்மென்ட் 14ஆவது தளத்தில், கடலைப் பார்த்த மாதிரி 4 BHK பிளாட் அவர்களுடையது. கதிர், இன்போசிஸ் கம்பெனியில் வைஸ் பிரசிடெண்ட் ஆக இருக்கிறான். கல்யாணத்துக்கு முன், இரண்டு வருடங்கள் கனடாவில் ஒட்டாவா நகரில் ஆன்சைட் அசைன்மென்டில் இருந்து வந்தான். அம்மாவின் பிடிவாதம் காரணமாக, கல்யாணத்திற்கு வேண்டா வெறுப்பாக ஒத்துக் கொண்டவன், சித்ராவை பார்த்ததும், முடிவை மாற்றிக் கொண்டவன்.

சித்ரா, கதிரை தான் முதன் முதலில் பார்த்ததை நினைத்துக் கொண்டாள். மாலை 6 மணியளவில், மாப்பிள்ளை வீட்டிலிருந்து வந்து விடுவார்கள் என, வீடே அல்லோகலப்பட்டது. "சென்னையிலிருந்து ட்ரைவ் பண்ணிட்டே வா வற்றாங்க?" பக்கத்து வீட்டு மாமா சித்ராவின் தந்தையிடம் கேட்க, அந்த தெருவின் முனையில் கருப்பு BMW திரும்பும் சத்தமும் கூடவே ஒலிக்க, சித்ராவின் தந்தை, கேள்விக்கு பதில் அளிக்காமலே வாசலுக்கு விரைந்தார். காரில் இருந்து, நெடு நெடுவென புளூ ஜீன்ஸ், ஸ்டோன் வாஷ் டி ஷர்ட்டும் என நல்ல சிவப்பு நிறத்தில்

கதிர் இறங்கி நடக்க, மாடியின் ஜன்னலில் இருந்து அவனைப் பார்த்த அந்த கணத்திலேயே மனதை பறி கொடுத்தாள். ஏதோ பல நாட்கள் பழகியது போல, பரிச்சயமான முகம். மீசை இல்லை, துரு துருவென கண்கள். விசாலமான மார்பு, டி ஷர்ட்டில், TIME TO START SOMETHING GREAT என்று அச்சிடப்பட்டு இருந்தது. கீழேயிருந்து அம்மா, "அவுங்க எல்லாரும் வந்துட்டாங்க, சித்ரா சீக்கிரம் ரெடியாகுமா" என்று அலற, கதிர், அந்த பங்களாவை நோட்டம் இட்டான். சித்ராவின் தந்தை, மதுரையில் ஒரு பெரிய பிசினஸ் மேன். தவிர, மேகமலையில், ஒரு டி எஸ்டேட்டும் வைத்திருக்கிறார். ஆண் வாரிசு கிடையாது. தனக்குப் பின், தன் மகளுக்கே எல்லாமும் என்று இருப்பவர். அவர்களது வசதியும், தரமும், அந்த பங்களாவின் எல்லா முடுக்குகளிலும் மிளிர்ந்தது. படிகளில், சித்ராவுடன் இரு தோழிகளும் இறங்கி வர, கதிர் அம்மா, "வாம்மா, வந்து உக்காரம்மா" என்று பாசமாய் அழைத்தாள். கதிருக்குப் பிடித்தமான மேகக் கலரில், சாப்ட் சில்க் சாரி அணிந்திருந்தாள். எல்லாரும் எல்லாமும் பேசிக் கொண்டிருக்க, இருவரும் ஒருவரையொருவர் கண்களில் சந்தித்துக் கொண்டனர். கதிர், அவளது அப்பாவித்தனமான முகத்தில், சற்று வியர்த்திருக்கக் கண்டு, "ஆர், யூ ஓகே? யூ சீம் டு பி ஸ்வெட்டிங் எ லாட்" என்று, விருட்டென்று எழுந்து அவளருகில் வந்து, தன் கைக்குட்டையை எடுத்துக் கொடுக்கவும், எல்லோரும் சற்று நேரம் அதிர்ச்சியில் உறைய, கதிர் அம்மா மட்டும், "வாங்கிக்கம்மா" என்றாள். அருகில் வந்தவன், "யூ ஆர் வேரிங் மை பேவரிட் கலர்" என்றான். இருவரும் தனியே பேச அனுமதிக்கப்பட்டனர். ஒருவரை ஒருவர் புரிந்து கொள்ள முயன்றனர். சம்மதங்கள் தெரிவிக்கப்பட்டன. எல்லாரும் கிளம்பிச் செல்ல, அவன் வந்த அந்த கருப்பு கார் தெருவில் திரும்பி செல்ல, அந்த காரின் எண் 8899 என்பது தெளிவாகத் தெரிந்தது.

அதற்கு அடுத்த மாதத்தில், மதுரையின் பிரதான மண்டபம் ஒன்றில் வெகு விமரிசையாக கல்யாணம் நடந்தேறியது.

தேனிலவுக்கு மொரிஷியஸ் சென்று வந்தார்கள். மேகக் கூட்டம் இடம் பெயர்ந்தது போல, எல்லாமும் முடிந்து, இதோ 6 வாரங்கள் ஓடிப் போய்விட்டன. சென்னை வந்து 10 நாட்களே ஆகிறது. இருவரும் காதலில் நனைந்து, காதலாய் வாழ்த்து, காதலுடன் கலந்து, இன்புற்று, உச்சம் தொட்டு, படுக்கைகளை கலைத்து, கசக்கி, ஒருவரையொருவர் வென்று, தோற்று, விட்டுக் கொடுத்து, பரவி, மிதந்து கொண்டிருக்க, நேற்று காலை, சித்ராவின் தந்தை போனில் அழைத்து, "சித்ரா, மாப்பிள்ளை கதிர் மட்டும் மேகமலை நாளைக்கு வர வேண்டியிருக்கும், ஒரு பிராபர்டி சம்மந்தமாம்மா" என்றார். சித்ரா, "அப்பா உங்கள மட்டும் மேகமலை வர சொல்றார், முடியுமாப்பா?" என்று கேட்க, "என்னவாம், திடீர்னு, சரி நாளை SEZ SIPCOT ப்ராஜக்ட் விஷயமா மதுரை போறேன், திரும்ப வரும் போது, டிரை பண்ணுறேன்" என சொல்ல, "சரிப்பா, வருவார்" எனச் சொல்லி போனை வைத்தாள்.

காலை டிரைவர் வந்ததும், ஏர்போர்ட் சென்று, ஸ்பைஸ் ஜெட் ஏர்பஸ் 320 ஜ பிடித்து, 8 மணிக்கெல்லாம் மதுரை வந்திறங்க, போனை ஆன் செய்து, சித்ராவிற்கு போன் ட்ரை செய்தான். வெகு நேரமாக, போன் எடுக்கவில்லை. அதற்குள், மாமாவிடமிருந்து போன் வர, "மதுரை வந்துட்டேன் மாமா, மாலைக்குள் எஸ்டேட் வந்துடுவேன்" என்று சொல்லிவிட்டு, ஒலா வைத்து, SIPCOT விரைந்தான். வழியில், அவளை 2-3 முறை அழைத்துப் பார்த்தான். பிறகு வேலையில் மூழ்கிட, மதியம் போன் ட்ரை செய்ய, அவனது போனில் சார்ஜ் போயிருந்தது. அவசரமாக, லேப்டாப் பேகில், எப்போதும் வைத்திருக்கும் பவர் பேங்கைத் தேடித் பார்க்க, இல்லாது, ஏமாற, தன்னையே நொந்து கொண்டான். வேறு வழியில்லாது, மேகமலைக்குத் தன்னை அழைத்துச் செல்ல மாமா அனுப்பிய காரில் ஏறி அமர்ந்த அடுத்த நிமிடம் கார் சார்ஜரில் அவனது போனை செருக முயல, அந்த "பின்" இவனது ஐ போனுக்கு செட் ஆகாததால், நொந்து போனான்.

"சாரி சார், என் போனில் வேணும்னா டிரை பண்ணுங்க, ஆனா இங்க டவர் கிடைக்காது என்றான். வெளியே பார்த்தான். கார் பாதி மலையை கடந்து ஹேர் பின் பெண்டுகளில் வளைந்து வளைந்து வந்து கொண்டிருந்தது. தலை வெகுவாக வலிக்கவே, ஒரு ஸாரிடன் போட்டுக் கொண்டு, தூங்க முயற்சி செய்தான். திடீரென பெரிய சப்தம் ஒன்று கேட்கவே, பதட்டமாய் எழுந்து பார்க்கும் பொது, ஒரு பெரிய கண்டெய்னர் ட்ரைலர் சென்று கொண்டிருந்தது. வெளியே, சுத்தமாக இருட்டிப் போயிருந்தது. இன்னும் எவ்வளவு நேரம்பா என்று கேட்க, அவ்வளவு தான் சார், இன்னும் 5 ஹேர் பின் பெண்டுகள் தான். மழை பெய்யத் தொடங்கிற்று. மேலே, எஸ்டேட் வந்து சேரும் பொது இரவு மணி 11 ஆகியிருந்தது. வாசலில், சித்ராவின் அப்பா, காத்திருந்தார். "வாங்க மாப்பிள்ளை, ரொம்ப கஷ்டப்பட்டு வந்து இருக்கீங்க, சாப்பிடுங்க, காலையில பேசிக்கலாம்" என்றார். மாடியில் அவனது ரூமை சென்று காண்பித்து விட்டு, தன் ரூமுக்கு சென்று கதவை தாழிட, "மாமா சித்ரா ஏதும் பேசுனாளா" என்றான் கதிர். "நேற்று பேசினது தான். இன்னைக்கு புல்லா, நான் இந்த இடம் சம்மந்தமா லாயர் கூட இருந்ததால, பேச முடியல்ல" மாப்ள.

ரூமுக்கு சென்று முதல் வேலையாக, போனுக்கு சார்ஜ் போட்டான். பாத்ரூமில் யாரோ குளிக்கும் சப்தம் கேட்டது. வெளியே வந்து, கீழே எட்டிப் பார்த்து, "யாராவது இங்க பாத்ரூம் யூஸ் பன்றாங்களா" என்று கேட்டான். "யாருமில்லை அய்யா" என்றான் சண்முகம். மீண்டும் ரூமுக்கு வந்து, பாத் ரூம் அருகே சென்றவனுக்கு இந்த முறை வளையல் சத்தம் கேட்டது. "யாரு உள்ளே?" என்று கலக்கத்துடன் கேட்டான். நான் தாங்க சித்ரா, என்று சிரித்தாள். "ஏய் என்ன, அப்பாவும் மகளும் சேர்ந்து கிட்டு, சொல்லி வச்ச மாதிரி விளையாடுறீங்களா" என்று கடிந்து கொள்ள, கதவைத் திறந்து சித்ரா, நீராவி பரவ வெளியே வர, அவனைப் பார்த்ததும், "சாரி கதிர், உன்னை ரொம்ப கஷ்டப்படுத்திட்டேனா? என்று கூறி, அவனை

வழக்கமாக இறுக்கி அணைப்பது போல, அணைத்தாள். இம்முறை, அவனுக்கு தாலி குத்தவில்லை.

அந்த வேளையில், கீழே இருந்து, சண்முகம் "அய்யா, அய்யா" சென்னையிலிருந்து போன், உங்கள கேட்குறாங்க அய்யா என்று கத்த, அவளை விடுவித்து, வேகமாக சென்று, போனை வாங்கி பேசினான். "ஹலோ, நான் இங்க சோழிங்கநல்லூர் எஸ் ஐ பேசுறேன். பிளாக் BMW TN 12Q 8899 உங்க காரா சார்? என்றார். "ஆமாம் என்ன விஷயம் சொல்லுங்க என பதட்டமானான். எங்க சார் இருக்கீங்க, மதியானத்தில இருந்து ட்ரை பண்றோம், உங்கள ரீச் பண்ண முடியல்ல. உங்க ஒய்ப் ஹாண்ட் பேகில் இருந்த டைரிய வச்சு தான், உங்கள புடிச்சோம். நியூஸ் பாக்கலையா நீங்க? வீ ஆர் சாரி டு இன்பார்ம் யூ, ஷி ஹாஸ் பீன் மர்டர்டு திஸ் மானிங் இங்க கேளம்பாக்கம்… "சொல்லிக் கொண்டிருக்கும் போது, சித்ரா அப்பா, "ஐயோ மாப்ள…" கத்திக் கொண்டே, டிவியை ஆன் செய்தார். ஏறக்குறைய எல்லா சேனல்களிலும், ஒரே நியூஸ் ஓடிக் கொண்டிருந்தது.

சென்னையில் புதிதாய் திருமணமான பெண்ணை கூட்டு பாலியல் பலாத்காரம் செய்து, கேளம்பாக்கம் கோவளம் சாலை நடுவே பாலத்தின் கீழே எரித்து விட்டதாகவும், அந்தப் பெண் தன் வீட்டில் இருந்து தானே காரை ஓட்டிக் கொண்டு பியூட்டி பார்லர் வந்து விட்டு சென்றதாகவும், அதனை நோட்டம் விட்டுக் கொண்டிருந்த, வெளி மாநில லாரி ஓட்டுநரும் அவனது கூட்டாளிகள் மூவரும், அந்தக் காரை பின் தொடர்ந்து சென்று, அந்தப் பெண்ணை மடக்கி, இந்த கொடுஞ்செயலை செய்து விட்டு, பின் எரித்து விட்டு, அங்கிருந்து தப்பி விட்டதாகவும், சிசி டிவி உதவியுடன், அந்த கும்பலை தனிப் படை அமைத்து காவலர் தேடி வருவதாகவும் செய்தி சொல்லிக் கொண்டிருந்தார்கள்.

கதிர் நெஞ்சடைத்துப் போய், விரக்தியுடன் மேலே ஏறி சென்று பார்க்க, சித்ரா, அவனுக்குப் பிடித்தமான மேகக் கலர் சாப்ட் சில்க்

சாரியைக் கட்டிக் கொண்டே, "அன்பே வா அருகிலே..." என்று அவனைப் பார்த்து, இரு கைகளையும் சேர்த்து அழைத்தாள்.

இந்த முறை அவளை அணைக்கும் போது, அவளின் இதயம் துளைத்துச் சென்ற உணர்வு ஏற்பட்டது. பாத்ரூம் சென்று பார்த்தான். ஒரு சொட்டு நீர்த் தடம் கூட இல்லை. நீராவிப் புகையில், சித்ரா முகம் கலங்கலாகத் தெரிந்து, மறைந்தது.

# 7. கரீ(ரோ)னா வைரஸ்

எதேச்சையாகத் தான் நடந்தது அது!

"பீனிக்ஸ் மால்" பார்க்கிங் வளாகத்தில் காரைப் பார்க் செய்து விட்டு கதவைத் திறக்கும் போது, அருகில் பூனையாய் ஒரு கருப்பு ஆடி மெல்ல ஊர்ந்து வந்து சேர்ந்தது. அதிலிருந்து அந்தப் பெண் இறங்கி தன் தீர்க்காமான நெற்றியில் படர்ந்த கேசத்தை சரி செய்ய முயல, அவள் கைகளில் இருந்து வாலட் கீழே விழுந்து, காரின் அடிப்பகுதியில் சென்று விட, அதை எடுக்க முயன்றுத் தோற்று, மேலே எழும்பியவள், நான் பார்ப்பதைப் பார்த்ததும், "இஃப் யூ டோன்ட் மைண்ட்" என்றதும், காத்திருந்தவனாய் "ஸ்யூர்" என்று, குனிந்து எடுக்க முயல, அருகில் நின்று கொண்டிருந்தவளின் முடிவிலியான முழங்காலை முழுமையாகப் பார்க்க நேரிட, புழுக்கத்தில் வியர்வை சட்டையை நனைத்து விட்டிருந்தது. வாலட்டை எடுக்கும்போது அதிலிருந்து அவளது விசிட்டிங் கார்டு ஒன்று வெளியேற, அதனை லாவகமாய் மறைத்து, வாலட்டை மட்டும் எடுத்துக் கொடுத்ததும், "வெரி கைண்ட் ஆஃப் யூ" எனச் சர்க்கரையாய் ஒரு புன்முறுவல் செய்து, கை கொடுத்து விட்டு, "யூ ஆர் ஸ்வெட்டிங்" என்று குறும்பாய்ச் சொல்லிச் சென்றாள். அவள் அவ்விடம் விட்டு நகர்ந்திருந்தாலும், இன்னும் அவள் அணிந்திருந்த செண்ட்டின் நறுமணம் (SAINT LAURENT?) மட்டும் என்னை எதோ செய்தது. விசிட்டிங் கார்டைப் பார்த்தேன். "கரீனா" பாஷன் டிசைனர், வுஹான், சைனா என்று இருந்தது. இன்னும் கொஞ்சம் நேரம் பேசிக் கொண்டிருந்திருக்கலாமோ? என என்னையே கடிந்து கொண்டேன்.

அவளது கை ப(தொ)ட்ட என் வலது கையில் அவளின் ஸ்பரிசம் இன்னமும் என்னுடன் ஒட்டிக் கொண்டு, என்னைப் பாடாய்ப்படுத்தியது. அவளது ஒல்லியான தேகமும், நெடு நெடுவென உயரமும், வலது கன்னத்தில் மெல்லியதாய் தென்பட்ட வடுவும், பெரிய உதட்டில் பரவலாய் வெளிர் ரோஜா நிறப் பூச்சும், இறுக்கமான மேல் சட்டையில் அவளது வயதும் என கரீனா என்னை மொத்தமாய் வியாபித்திருந்தாள்.

மூன்று நாட்கள் சளி இருமல் என உடல் சரியில்லாததால், ஆஃபீஸ்க்கு விடுமுறை சொல்லி விட்டு, வீட்டில் நியூஸ் பார்த்துக் கொண்டிருந்தேன். சைனாவில் வேகமாகப் பரவி வரும் ஒரு தொற்று வைரஸ் பற்றி, ஆங்கிலச் சானலில் விவாதித்துக் கொண்டிருந்தனர். டாக்டர் ஒருவர், அதன் அறிகுறிகள் பற்றி விளக்கிக் கொண்டிருந்தார். மாலை, அருகாமை கிளினிக் சென்று டாக்டரைப் பார்த்து வந்தேன். "எதற்கும் ஒரு பிளட் டெஸ்ட் எடுத்து விடலாம், ஜஸ்ட் எ பிரிக்காஷன்" என்று எழுதிக் கொடுத்தார். பிளட் மாதிரியைக் கொடுத்து விட்டு, வீட்டிற்குத் திரும்பினேன். அயர்ந்து தூங்கி விட்டேன். எழுந்த போது, அம்மா அருகில் சோகமாய் அமர்ந்து இருந்தது, மங்கலாகத் தெரிந்தது.

இரவு வீட்டு வாசலில் ஒரு ஆம்புலன்ஸ் வந்து நிற்கும் சத்தம் கேட்டதும், அதிர்ந்து எழ முயன்று முடியாமல் போனது. என்னை ஒரு துணியில் தலையையும் சேர்த்து கட்டி, ஸ்டெரெச்சரில் எடுத்துக் கொண்டு ஆம்புலன்ஸ் கிளம்பியது.

வழியில், என் தலைக்கு அருகில் வைக்கப்பட்டிருந்த என் பெயர் போட்டிருந்த ஃபைலின் கவர் காற்றில் பறந்து கொண்டிருக்க, "வைரஸ்- பாசிட்டிவ்" எனக் கொட்டை எழுத்துக்களில் இருந்தது போலத் தெரிந்தது. மாஸ்க் அணிந்திருந்த ஒரு நர்ஸ் ஃபோனில், "யெஸ் டாக்டர், பர்ஃட் விக்டிம் பாஃர் கரோனா வைரஸ்" என்று சொல்லிக் கொண்டிருந்தார்.

எனக்கு ஒருமுறை கரீனா முகம் வந்து போனது. நான் உயிருடன் இல்லை எனத் தெரிகிறது.

# உரைநடைக் கவிதைகள்

# 1. கடவுள் இருக்கிறார்

ஒவ்வொரு முறை
நான் வீழும் போதும்
என்னை மீண்டெழச் செய்யும்
என் நம்பிக்கை டானிக்,
மகன் அகிலனின்
ஒரு உத்வேகச் சிரிப்பு!
கடவுள்களை நாம்
தேடிச் செல்ல வேண்டியதில்லை;
அவர்கள் நம் குழந்தைகளாய்
நம்முடனே இருக்கத்தான் செய்கிறார்கள்!

# 2. யார் இவர்கள்?

யார் இவர்கள்?
களங்கமில்லா
இந்த பிஞ்சுள்ளங்களின்
சாதனைகள் யாவை?
இந்த பிரபஞ்சம் இவர்களுக்கு
நாளை பணிக்கவிருப்பது யாது?
இதைப் பற்றியெல்லாம்
இவர்களுக்குக் கவலைகள் இல்லை!
கவலைகள் எல்லாம் நமக்குத்தான்!
ஆத்மார்த்தமான
இவர்கள்தம் மகிழ்ச்சிதனில் மூழ்கி,
வாருங்கள், கவலைகளை மறப்போம்!
தற்காலிகமாய்...!

# 3. அக்னி குஞ்சொன்று கண்டேன்

இன்று அதிகாலை
என் வீட்டின் முகவறையில்
தங்க ஜ்வாலையாக
அக்னி குஞ்சொன்று
பிரவேசிக்கக் கண்டேன்!
கண்டதும் பேரானந்தம் கொண்டேன்!
கைகளினில் அள்ளி
மேனி முழுமையும் பூசிக்கொண்டேன்!
முப்பாட்டன் பாரதியே
என்னைத் தழுவியதாய் எண்ணி,
உடல் சிலிர்த்து போனேன்!
சமூக கோபங்கள்
ரணங்களாய் எரித்தாலும்,
அவன் தழுவியதில்
அவையாவும் சாம்பலாய்
பறக்கக் கண்டேன்!
ஆம், பாரதி ஒரு அமரன்!
அவன் கண்டெடுத்த அக்னி குஞ்சொன்றை பார்க்கப் பெற்றதனால்,
நானும் அவனுடன் சேர்ந்து
அமரனாகிப் போனேன்!

# 4. விண்ணைத் தாண்டி வருவாளா?

தங்க நிலா…!
கும்மிருட்டு…!
முடிவிலா பாதை!
பயணம் வெகுதூரம்…!
கைகோர்த்து செல்ல
தேவை ஒரு காதலி!
அவள் விண்ணைத் தாண்டி வருவாளா??
இவ்விரவின் நிசப்தம்தனை
தன் பெருமூச்சுக் காற்றால் கலைப்பாளா?
காத்திருக்கிறேன்!
யாருக்குத் தெரியும்??!!
சற்று நேரத்தில்
நிலவின் கதவு திறக்ககலாம்…!
என்னவள் அதிலிருந்து தோன்றலாம்!
நம்பிக்கை தானே வாழ்க்கை!

# 5. காதலியெனும் சிநேகிதியே

காதலியெனும் என் சிநேகிதியே,
ததும்பும் உன் மோகம்தனை
ஒற்றைக் குவியப் புள்ளியில்
உணர்ந்தவனாய்,
காமம் தலைக்கேறி மேனிபடர்ந்து,
ஆடை களைந்து, நாணம் அணிவித்து,
பிரளயமாய் பெருகி வெளியேறும்
உன் வியர்வைக் கடலில் மூழ்கி,
சுட்டெரிக்கும் காதல் தணலை
அவித்துக் கொள்ள அஞ்சாது
வீறு கொண்டெழுந்த
என் செங்கோலின் திடம் அறியும்
முடிவிலா உன் சுரங்கப் பாதையில்
என்னைத் தொலைத்து கதறி
அழுதுச் சிந்திய
என் உயிர்த் துளிகளாய்
என்னுள் அடங்க மறுத்து பீறிட்ட
காதலைக் கொட்டியதும்
என் செவி வழிக் கேட்ட உன்
அயர்ச்சியின் வலியுரைக்க,
மயக்கம் தெளிந்து
என்னை விடுவித்துக்
கொள்ள முற்படுகையில்,
மீண்டும் என்னை இழுத்து அணைத்து
நெற்றியின் மையமாய்
நீ அழுத்திக் கொடுத்த ஒற்றை முத்தத்தில்

நான் மொத்தமாய்
செத்துப் போனேனடி பெண்ணே,
என்னை மறுபடியும்
உயிர்ப்பிக்க விழைகிறேன்!
விலையாக என்னையேத் தருகிறேன்!
ஏற்றுக் கொள்!

நான் மொத்தமாய்
செத்துப் போனேனடி பெண்ணே,
என்னை மறுபடியும்
உயிர்ப்பிக்க விழைகிறேன்!

# 6. தேநீர்க் கவிதை

பெண்ணே,
உன் சேலைக்கும்,
திரைச்சீலைக்கும்,
விடியற்காலைக்கும்
தான் தெரியும்
நம் அந்தரங்கம்...!
ஆடை அணி,
பொய்த்தூக்கம் களை!
உன் நக இடுக்குகளில்
என் சதைத் திரள்கள்!
என் மேனியெங்கும்
உன்னுயிர்த் தீண்டல்கள்!
எழு, நம் காதல் காயங்கள் ஆற்றுவோம்!
காம அயர்ச்சி தீர
தேநீர் சற்று பருகுவோம்...!

# 7. மீண்டு வா மகனே

சுஜித்... மீண்டு வா மகனே...!
உன்னைப் பெற்றத் தாயோ
கண்ணீரோடு வெளியே
கலங்கி காத்து நிற்க,
நீயோ பூமித்தாயின்
கருவறை ஆழம் பார்க்கச் சென்றாயா?

உன்னை மீட்டெடுக்கும் முயற்சியில்
இரவு பகல் பாராது,
குடும்பங்களை மறந்து,
பண்டிகையைப் புறக்கணித்து,
போராடி வரும்
மாநில மத்திய
பேரிடர் மேலாண்மை செயல்வீரர்களின்
ஒருமித்த நோக்கம் விரைவில் ஈடேறிடும்
தருணம் மிகத் தொலைவில் இல்லை...!
பாறைகள் வேண்டுமானால்
கரடுமுரடாய் இருக்கலாம்!
ஆனால் அதனைக் குடையும் எந்திரத்தின்
உறுதியைக் காட்டிலும் வலிமையானது
உனக்காகக் காத்திருக்கும்
இந்த தேசத்தின் மனோபலம்!
கண்ணா, வா வெளியே வா!
மறுபிறவி எடுத்து வா!

# 8. காதல் கீதம்

உனை நான்
உணராத வாழ்வை எண்ணி
வெதும்பினேன் மலரே...

உனையன்றி
இனி வாழ்வே இல்லை
தவிக்கிறேன் தளிரே...

நீ இருக்குமட்டும் எந்தன் ஜீவன் சப்தம்
துடிக்குமே உயிரே!

உன் ஸ்பரிசங்கள் வருடா என் தேகம்
பாலைவனமாகுமே...!

உனைப் பாடா எந்தன் தமிழோ
பெரும் பிழையென ஆகுமே...!

உனைச் சேரா எழுதிய கவிதை
வழிமாறி தடுமாறுமே...!

காடும் மலையும்
நதியும் கடலும்
விண்ணும் மண்ணும்
ஒலியும் ஒளியும்
நீ சென்ற பாதை ஓடி வருவேன்
நடந்த சுவடைத் தேடி அலைவேன்

நீ வாழும் தேசம் காணாது போனால்
என் வாழ்வு நாசம் நாசமடி!
உன் ஒற்றைப் பார்வை
எந்தன் மேல்பட்டால்
என் ஜீவன் மோட்சம் கொள்ளுமடி...
சகியே... சகியே
உயிரின் லயமே...
லியா... என் லியா... லியா...!

# 9. கடற்கரைக் கவிதை

ஓயாது ஆர்ப்பரிக்கும் கடற்கரையை,
உற்றுநோக்கும் தங்கத் தாரகையே!
எங்கிருந்து வந்தாய் நீ?
விண்ணைத்தாண்டி வந்தாயோ??
இல்லை,
விடியா என் இரவுகளின்
விண்மீனாய் வந்தாயோ?
என்ன சொல்ல நினைக்கிறாய் நீ,
என்னைக் கொல்லாமல்
கொல்லும் தீ...!

ஆதவனே உதிக்காது போனாலும்,
ஓயாத அலைகள் நின்றாலும்
உன் மீது நான் கொண்ட காதல்,
மாறாது, தீராது...!

வா பெண்ணே,
என் கைகோர்த்துக் கொள்!
முடிவிலிகளாம் நம் பயணங்கள்!
அதனை மீண்டும் தொடர்வோம்...!

# 10. நடைப்பயிற்சி கவிதை

விடியலில் மொட்டுகள்
துளிர்க்கும் தருணம்...!
வானம் வெட்கிச் சிவக்கும்;
மனமோ செங்கொன்றைப்பூச்
சிவப்பாய் பற்றி எரிய,
அங்கே வெள்ளை
மலர்ப் பாதைதனில்
என்னை கொள்ளை கொண்டு
போனவளின் கால்தடம் தேடித்திரிய,
அடங்க மறுக்கும் காதல் எரிதழலைத்
தணிக்கும் மருந்தாய்
சிந்தும் அவளின் இனம்புரியா
ஓர் குளிர்ப் புன்னகை!
அழகுப் பெண்கள் எவராயினும்
கவிஞர்கள்களின் கற்பனையில்
காதலிகள் தானே...!

# 11. அஞ்சலி, புஷ்பாஞ்சலி

சங்கீத மேகம் தேன் சிந்தும் நேரம்
இனி எப்போது?
மன்றம் வருமோ தென்றல்?
அந்தி மழை பொழியாதோ?
வானுயர்ந்த சோலையில்
நீ நடந்த பாதை எங்கே?
இளைய நிலா
இனி பொழியாதோ?
தங்கத் தாமரை மலராதோ?
சங்கீத ஜாதிமுல்லையை
ஏன் காணவில்லை?
ரோஜாவை
தாலாட்டுமா தென்றல்?
மௌனமானதே நேரம்...!
கடவுள் அமைத்து வைத்த
மேடையில் யாருக்கு இனி
அஞ்சலி, புஷ்பாஞ்சலி?
போகும் பாதை தூரமே
வாழும் காலம் கொஞ்சமேயென
ஜீவ சுகம்பெற
ராக நதியினில்
நீந்தச் சென்றனையோ?
எஸ் பி பி அய்யா...!
நீரின்றி இனி அமையுமோ
இசை உலகு?
இப் பிரபஞ்சம் முழுமையும்

உன் குரல் ஒலித்தாலும்
இனி உம்மை நேரில்
பார்ப்பது போல் வருமோ?
குழந்தை போல் சிரிக்கும்
உன் முகம்தனை
இனி காண்பது எப்போது?
காலனின் பசிக்கு
உன் இசையை காணிக்கை
ஆக்கச் சென்றாயா?
நீங்குமோ எங்கள் துயரம்?
தாங்குமோ இந்த பூலோகம்?

# 12. தாங்கிக் கொள்(ள்)வாயாடி

தோழியே, என் காதலியே...!
என் மனச்சுமையை இறக்க
உன் மார்சுமையில் முகம் பதித்தேன்,
மூர்ச்சையானேன்!
விம்மும் உன் தேகத் தலையணைகளில்
என்னை அணைத்துப்
புதைத்துக் கொண்டு
மோட்சம் அன்றோ தந்தாய்...!

என் நெஞ்சக் குமுறல்களின்
வலி தாளாது நான் துவள
உன் பருவ மேடுகளில்
வழிந்தோடிய என் கண்ணீர்
பொங்கும் உன் காம தகதகப்பில்
சுவடின்றி ஆவியாய்ப் போனதடி!

ஆடையாய் எனைப்
போர்த்திக் கொண்டு,
மோகத் தடம்பதிக்க உன்
இடையின் இடைவெளியில்
நிரந்தரப் பள்ளத்தாக்கில்
என் உயிரின் உதிரத்தை
வாஞ்சையாய்
நிரப்பிக் கொண்டாய்...!

எண்ணிலாத் துயர் வரினும்
என்னிலே துயர் வரினும்
உன் மேனிதன்னில்
கண் மூடிக் கிடந்தால் போதுமடி!
என் சாபமும் விரக தாபமும்
ஒன்றாய்ச் சேர்ந்துத் தீருமடி...!

சகியே.!
என்னைச் சகித்துக் கொண்டவளே...!
வா, எனை ஆசுவாசப்படுத்து!
அசுத்தமாயிருக்கும் என்
மனப் பிரதேசத்தை உன்
இதழின் ஈரத்தால்
துடைத்துச் சுத்தப்படுத்து...!

நாளையின் புதிய விடியலாவது
நமக்கு நம்பிக்கை பாய்ச்சட்டும்...!

# 13. அந்தி மழை பொழிகிறது

அந்தி மழை பொழிகிறது...!
மண் வாசமும் உன் வாசமும்
கலவையாய் காதலாய்...
உன் அருகாமை நெருக்கத்தில்
புறப்பட்ட தணலோ
என்னில் புயலாய் வீச
பொங்கிய வியர்வைத் துளிகளை ஒற்றிக்
கொள்ள உன் முந்தானையை அன்றோ
தேடுகிறது மனம்...!!!

"பாப்பா அழுகின்றாள்"
என விருட்டென எழுந்து சென்றாய்...
நீயெழுந்த வேகத்தில்,
சேலையின் முந்தியில்
என்னில் எழுந்த விரகத் தீயினை
முழுதாய் அணைத்திட
அன்றோ துணிந்தாய்...!

இல்லறம் பேணும் நல்லறம்
தாம்பத்திய சமரசங்களால்
ஆனதேயாயினும்
அதிலும் ஓர் சுகமன்றோ இருக்கிறது...!

பாவமாய் உனை நான் காதல் யாசிக்க
"குழந்தையை விடவா?" என
நீ செல்லமாய் அதட்டினாலும்

வெட்கச் செறிவினை
கவிதையாய் கண்கள் பேசிட,
என் வேட்கையின் தாகம் தீர
அழுத்தியணைத்து இதழ் பதித்து
முத்தமிட்டால்
ஜீவ சாபல்யமன்றோ அடைவேன்...!

மகளை தூங்கச் செய்தாயெனின்
விரைந்து வா,
காதலாய் காத்திருக்கிறேன்,
நிலவு பொழிகிறதடி பெண்ணே...!

# 14. ஐயப்பன் துதி

ஒப்பில்லா இறைவன் நீ...!
உலகாளும் அரசன் நீ
எண்ணிலா அடியவர் நெஞ்சில்
ஆட்சி செய்யும் தலைவன் நீ...!

விண்ணிலும் மண்ணிலும்
வேதப் பொருள் யாவிலும்
என்னிலும் உன்னிலும்
யாவையுமாய் நிறைந்தவன் நீ...!

உனையின்றி வேறொன்றும்
அறியேன் நான்
உன் நினைவன்றி யாதொன்றும்
உய்யேன் நான்
உன் திருநாமம்
சொல்லாமல் வாழ்வேது?
மணிகண்டா நீயின்றி நானேது?

வாழ்வது ஓர் வாழ்க்கை நீ தந்தது!
உன்னை வாழ்த்தாமல்
என் வாழ்வு ஓயாது...
உன் சன்னதி வாராத வாழ்வென்று
எந்நாளும் என் மனம் அறியாதது...!

# 15. தங்கத் தாரகை

தங்கத் தாரகை
திகட்டாத பூமழை...!
விண்மீன் வானிலே
ஒளிரும் புன்னகை!
அன்பின் சிகரம் நீ
அழகின் உச்சம் நீ
காந்தக் கண்ணினால்
கவரும் கவிதை நீ!

உன்னைப் பார்த்த
அந்த முதல் பொழுது
மண்ணில் யாவும் பொய்யென
நான் உணர்ந்தேன்
எந்தன் மனக்கவலை
அதை மறந்திருப்பேன்

நீ பேசும் ஓர் மௌன மொழி
ஆயிரம் அர்த்தங்கள் தந்ததடி
நீ பார்க்கும் ஓர் நொடிப் பார்வை
இந்த பூமி எங்கும் பூக்களடி
நாம் பேசிகொள்ளும் நாளையெண்ணி
தவமாய் தவமிருப்பேன்
உன் பிரிய மனமில்லாத் தோழனடி...

# 16. காதல் (க)விதை

கண்ணுக்குள் காதல் விதைத்தாய்...!
கண்ணே என் கண்ணில் கலந்தாய்...
இன்னும் என்ன வெல்லாம் புரிவாய்...
என்னை ஏதோ ஏதோ செய்தாய்...!

பூந்தளிரே... புதுப் புயலே...
காதல் செய்யடி...!!
என்னைக் காதல் கொள்ளடி...!

யார் யாரோ வருவார்,
யார் யாரோ செல்வார்
நீ மட்டும் என்னை விலகாதே
என் காதல் உன்னை வருத்தாதே
இந்த மண்ணில் வாழும் மட்டும்
நாம் இருவரும் இணைந்திருப்போம்

பூந்தளிரே... புதுப் புயலே...
காதல் செய்யடி...!!
என்னைக் காதல் கொள்ளடி...!

# 17. காதல் மழை

மழை பொழியும் நேரம்
மனம் குளிரும் காலம்
இதழ் விரியா தூரம்
இனம் புரியா மோகம்

சாரல் மழை எந்தன் மேலே விழ
தூறல் எங்கும் உந்தன் மேலே பட
என்னில் காதல்
மழையாய் கொட்டுதடி
உன்னைக் காணா
ஏக்கம் கொல்லுதடி

ஆகாய வீதிதனில்
மேகத்துக் கூட்டத்தில்
பூபாள பாடல் ஒன்று ஒலிக்கின்றது
அதுவே மழையாக
மாறித் தான் பொழிகின்றது

தீராத விரதத்தில்
மாறாத தாபத்தில்
என்னுள்ளே காதல் ஒன்று இருக்கின்றது
அது உன்னைத் தான்
வந்தடையத் துடிக்கின்றது

போதும் போதும்
உன்கொல்லும் மவுனம்
காலம் மாறும்
இனி மண்ணில் தூவானம்

மழை முடியும் தருணம்
என் மனதுக்குள் நீ வரணும்
கார் காலம் முழுதும்
நம் காதல் கதை தொடரட்டும்...!

# 18. நினைவிருக்கா?

அன்று நல்ல மழை பெய்து
விட்டிருந்தது...!
ஜன்னல் கம்பிகளில் இன்னும் நீர்த்
திவிலைகள் சொட்டிக் கொண்டிருந்தன...!
புறாக்கள் தண்ணீர் தடாகங்களில்
குளியலிட்டுக் கொண்டிருந்தன...!

மாலை தேநீரைப் பருகியபடியே வழியில்
செல்வோரை எல்லாம் நான் வேடிக்கைப்
பார்த்துக் கொண்டிருக்க...
தெரு முனையில் தேங்கியிருந்த நீரில்
வெளிர் நீலக் கலரில் உன் சேலையின்
நிழல் தெரிய
உன்னைப் பார்க்கும்
அவசரத்தில் விரலைச்
சுட்டுக்கொண்டேன்...!

நல்ல உயரம் நீ...
ஒல்லியுமில்லை, பூசினமாதிரியும்
இல்லாததாய் ஒரு தேகம்...
உன் வயதை பருவம் சொல்லாமல்
சொல்ல, கழுத்தில் நீளமாய்
ஒரு தங்கச் சங்கிலி,
மேட்டுப்பிரதேசத்தின் மத்தியில்
கர்வமாய் ஆடிக் கொண்டிருக்க,
கண்களைத் தாண்டி

மையின் கருமையும்,
இதழ்கள் முழுதும்
மெலிர் வண்ணப் பூச்சு
உறுத்தாமலும் படிந்திருக்க,
நெற்றியில் கோவிப் பொட்டிருந்தது...!
தூவானமே ஆனாலும்
அந்த மங்கியப் பொழுதில்
நீ மட்டும் என் ரசனைகேற்றவளாய்
அழகாய்த் தெரிந்தாய்...!

மழை நீரைச் சேலை நனைக்காதிருக்க
சற்றே கெண்டைக் கால்களின் மேலே
ஒரு கையில் தூக்கியபடி
நீ கடக்க முயல
எதிர்பாராமல் வந்த மகிழுந்து
உன் மேல் மழை நீரை
வாரியடித்து விருட்டென சென்று விட,
சேலை முழுமையும் சகதியாகிட,
கோபமும், வெட்கமும், அழுகையும் என
ஒரு கலவையாய்
உன் முகம் வாடவும்,
நாம் ஒருவரையொருவர்
தற்செயலாய் கண்டு கொண்டுவிட,
மேலே வரலாமா என உன் கண்கள் கேட்க!
வினவ, வரமாட்டாயா என என் நெஞ்சம்
விம்ம, அம்மா பின்னிருந்து வந்ததும்,
அவளைப் பார்க்கவும் சரியாகியிருந்திட,
"அச்சச்சோ... என்னம்மா
மேலெல்லாம் அசிங்கம் ஆகிடுத்தா...
பரவாயில்லை நீ இங்கே வா,
உடைமாற்றி செல்"

என அழைக்க, நீயோ சற்றும்
எதிர்பாராமல் என்னை நோக்கி,
இல்லையில்லை,
என் இல்லம் நோக்கி வரத் தொடங்க,
நானோ, என் கண்களையே நம்பாது,
படியேறி வந்து கொண்டிருந்த
உன்னை இமைக்காது
பிரமை பிடித்தது போல் பார்த்து
நின்று கொண்டிருக்க,
அம்மாவோ, "தள்ளுடா, அந்தப்
பொண்ணு மேலே வரட்டும்"
என்று சிடுசிடுக்க,
மேலே வந்தவள்,
தோள்பையை ஹாலில்
சோஃபாவின் ஒரு முனையில்
கிடத்தி விட்டு,
ஏற்கனவே பழகிய வீடு போல,
உள்ளே, அம்மா காண்பித்த
குளியலறையில் சென்று மறைய,
நானோ முழுதுமாய் என்னை மறந்து போயிருந்தேன்...!

வெளியே அம்மாவின் சேலை ஒன்றை
உடுத்திக் கொண்டு வந்த உனக்கு,
அம்மா தேநீர் கொண்டுவர,
"சாரி ஆண்ட்டி, நான் குடிக்கிறதில்லை,
உங்கள் அன்புக்கு ரொம்ப நன்றி...
அப்பா தேடுவார்"
எனக் கூறிக் கொண்டே,
அவசரமாய் நீ என்னைக்
கடந்து செல்கையில்...
உன்னையே கண் பார்த்துக்

கொண்டிருந்த என்னைப் பார்த்து
"தேங்ஃக்ஸ்" என கவிதையாய்
சொல்லி விட்டு சென்றதும்...
அன்றைய தினம்
நீ குளித்து முடித்துச் சென்றதும்
அக்குளியலறை சென்று
உன் வாசம் தேடிய எனக்கு,
எதிரே கண்ணாடியில்
உன் நெற்றியை
அலங்கரித்த கோவிப்பொட்டு...!
என் நெற்றிக்கு நடுவில்...
உன் முகம் காண்பிக்க,
அதைத் தொடர்ந்து
உன் பின்னே பித்து பிடித்தவனாய்
சுற்றிய என்னை,
உன் வீட்டாரின் சொல் மதித்து,
நம் காதலையன்றோ
மறக்கச் சொல்லி
கடல் கடந்து
எங்கோ யாருக்கோ
உன்னை தாரை வார்த்துக்
கொடுத்து விட்டு சென்ற உனக்கு,
என்னையும்...
ஆண்டுகள் பலவும்
கடந்து போயிருந்தாலும்
அந்த மழை நாளும்...
கோவிப் பொட்டும்...
இன்னும் நினைவிருக்கா...???

# 19. இளைப்பாறல்கள்

கொஞ்சம் தேநீர்!
நிறைய ஆசுவாசம்!
பொங்கிய வியர்வை அடங்கும்!
புத்துணர்வு பிறக்கும்!
நாளை வரும்! நல் வேளை வரும்!
நலமாய் நாலு சேதி வரும்!
நம்பிக்கை தானே வாழ்க்கை!
இளைப்பாறல்கள்!
இனிதே; இனிதே!

# 20. எதார்த்தம்

எதார்த்தம் என்பது யாதெனில்...!
சுய கௌரவம், நேர்மை இரண்டையும்
குழி தோண்டி புதைத்து விட்டு,
நம்மைச் சுற்றி நடக்கும் சுரண்டல்கள்,
அத்துமீறல்கள்,
பித்தலாட்டங்கள், அசிங்கங்கள்
யாவற்றையும்
மனதார அனுமதித்து, செயற்கையாய்
ஒரு வேடம்தனை மனமுவந்து
அணிந்து கொள்வோமேயானால்
அதுவே எதார்த்தம்!
அதற்கு மற்றொரு பெயரும் உண்டு,
பிழைக்கத் தெரிதல்!
இதை செய்யாது போனால்,
இவ்வுலகம் நம்மை கை கொட்டி சிரிக்கும்!
பொல்லாப்பு தூற்றும்!
மூடன் என்று நிந்தனை செய்யும்!
இந்த சங்கடத்திலிருந்து
தள்ளியிருக்க முயன்றால்,
அதற்கும் கோழை எனும் பட்டம் தரும்!
பாரதி வேண்டியது போல,
பராசக்தி தாயிடம் என் மன்றாட்டம் ஒன்றே ஒன்று தான்!
தேவியே என்னை விடுதலை செய்!
மரணம் எனும் மகத்துவத்தை
எனக்கு அருள் செய்!

# 21. இன்னொரு அத்தியாயம்

ஏதேதோ கடந்து போனாலும்;
எல்லாமும் தொலைந்து போனாலும்;
மிச்சமிருக்கிற வாழ்க்கைதனை,
மீண்டுமொருமுறை தொற்றிக்கொள்ள,
இன்னொரு அத்தியாயத்தைத்
துவங்கத் தான் வேண்டியுள்ளது!
எது நமக்கு பிடிக்கிறது,
எது நமக்கு பிடிக்காதிருக்கிறது
என்பதெல்லாம் இந்த ஜடத்துக்கு
இனியும் தேவையில்லை ஆதலால்,
புரியாதிருக்கும் புதிராம் இவ்வாழ்க்கை,
அது புரியும் முன்னர்,
அதை புரிந்து கொண்டதாய்,
சற்றேனும் நடிக்க
கற்றுக் கொண்டேன் ஆயின்,
இனியெல்லாம் நலமே, நலமே!
துவங்கிற்று இன்னுமொரு அத்தியாயம்!

# 22. யார் இந்தத் தாய்?

யார் இந்த தாய்?
என்ன நினைக்கின்றாள் இப்பொழுது?
யாருக்காக காத்திருக்கிறாள்?
யாரால் புறக்கணிக்கப்பட்டாள்?
நாளை வரும்; நல் சேதி வரும்
எனும் நம்பிக்கை உந்துதலில் இன்னும்
இவள் போல் எத்தனையோ
முகமறியா தாய்மார்கள்
ஆங்காங்கே தெருவோரங்களில்
நாம் தினசரி கடந்து சென்றாலும்
என்றாவது ஓர் நாள்
அவர்களை நினைவு கூற
இச்சிறு கவிதை எனக்குதவட்டும்!

# 23. புரட்சி வெடிக்கட்டும்!

இதோ ஒரு புரட்சிக்கான விதை
விதைக்கப்பட்டுக்கொண்டிருக்கிறது!
ஒரு எழுச்சிச்சிக்கான முன்னோட்டம்
விரியத் தொடங்கியிருக்கிறது!
மாற்றத்திற்கான அச்சாரம்
போடப்பட்டுக் கொண்டிருக்கிறது!
தமிழன் இனியும் இளிச்சவாயன் இல்லை
என உலகம் உணரத் துவங்கிவிட்டது!
தமிழன் குட்ட குட்ட குனியும்
மானெங் கெட்டவனில்லை
என பாரே பார்க்கத் தயாராகிவிட்டது!
தமிழனின் கலாசாரத்தைப் பாதுகாக்க
இனி யாரும் தேவையில்லை
என வீரத் தமிழனின் பிள்ளைகள்
அகிம்சை வழியில்
தானே தன்னெழுச்சியாய்
புறப்பட்டு விட்டனர்!
"சல்லிக்கட்டு" எனும்
ஒற்றைப்புள்ளியில் குவிந்து
இன்று மாற்றத்தை நோக்கி
இளைய சமுதாயம்
வீறு நடை போட்டுக் கிளம்பி விட்டது!
"ஏறு தழுவுதல்"
ஏதோ தமிழனின்
பாரம்பரிய விளையாட்டு மட்டுமில்லை
சமூக அவலங்களை தட்டிக் கேட்க

தன்னை தயார்படுத்தும்
"மல்லு கட்டுதல்" என்றோ
நினைக்க தோன்றுகின்றது?

மீசை வைத்த பாரதி வாழ்ந்த தேசத்தில்
இன்னும் ரோசம்
மிஞ்சி இருக்கத்தான் செய்கிறது!
நாளையின் விடியல்
நமக்கு நல்ல சேதியைத் தரட்டும்!
புரட்சியின் வீரியம்
எங்கெங்கும் பரவட்டும்!
வாழ்க தமிழன் பண்பாடு!
வெல்க அவனது சீரிய நோக்கம்!

# 24. கலைஞர்

இதோ ஒரு சகாப்தம்
முடிவுக்கு வந்து விட்டது!
தமிழக அரசியல் உண்மையில்
இன்று அநாதையாகிவிட்டது!
கலாமண்டபம்
தன் செல்ல நாயகனை
இழந்து விட்டது!
தமிழ்த்தாய் தன் தலைமகனை
காலனுக்கு தாரை வார்த்துவிட்டாள்!
ஒரே ஒரு சூரியன் தான்!
ஒரே ஒரு சந்திரன் தான்!
அதுபோல
ஒரே ஒரு கலைஞர் தான்!
மரணம் இன்று
அவரைத் தழுவியிருந்தாலும்
அவர் புகழ் இந்த மண்ணில்
என்றென்றும் சாகாவரம் பெற்றிருக்கும்!

# 25. பொங்கலோ பொங்கல்



இன்னும் ஒரு வாரம் தான் இருக்கு,
இந்தோ வந்திருச்சி,
நாளையிலிருந்து ஜாலியா
நாலு நாள் பொங்கல் லீவுன்னு,
அவனவன் ஊரப்பாத்து போனாலும்,
இன்னைக்கு ஞாயித்துக்கிழமை,
மவனே லேசா வவுறு கலக்கல?
"நாலு நாள் காலி, பாக்க போலாம்
ஜோலின்னு" பேசாம கம்ம்னு
கிளம்பி வந்துடுங்கன்னா!
பொங்கல் இதோ இன்னும் 362 நாட்கள்ல
ஓடி வந்துடப் போகுது!
மறுபடியும் ஜாலி தான்!

# கதையல்லா நிஜங்கள்

# 1. சுமதி

பூவை பறித்தால் தான் என்றில்லை,
பறிக்காமல் போனாலும்
வாடித் தான் போகும்!
பூச்சூடும் பாவை உன் முகம் மட்டும்
உயிர் பறிக்கப்பட்டும் வாடாமல்
இருப்பதென்ன?

எதை மறைத்தாய் எதை புதைத்தாய்
ஆள் மனதில் புரியவில்லை!
உனைப் புதைக்க இன்று கூடியுள்ளோம்
காரணம் தெரியவில்லை!

பருவப் பெண் நீ சாகும் பருவமா இது!
உருவக் குறைச் சொல்ல உன்னிடத்தில்
இருப்பது தான் ஏது!

தெய்வக் குழந்தையடி
உன்னை பறி கொடுத்து
தெய்வக் குற்றம் ஆனதென்ன?
கள்ளம் கபடம் இல்லா
உன் சிரிப்பை காலன்
கொள்ளை
கொண்டு போனதென்ன?

யார் செய்த பிழைக்கோ
நீ வந்து பிறந்தாய்!

ஊர் செய்த பிழைக்கு
உன் உயிரையும் துறந்தாய்!

நாகரிகக் கோமாளிகள்
வாழும் இவ்வுலகில்
நாகரிகம் சற்றே மறந்திருந்தாய்!
கண்ணில் ஆயிரம் கனாக்களுடன்
எங்களைச் சுற்றி சுற்றி வந்தாய்!
வண்ணத்துப்பூச்சி போல் சிறகடித்து
எங்கோ பறந்து சென்றாய்!

மண்ணுக்கு மரம் பாரமா இல்லை
நிழல் தான் பாரமா!
யாருக்கு நீ பாரம் என
எங்களைத் தவிக்கவிட்டாய் பாரம்மா!

காலங்கள் கனியும் உன் கோலங்கள்
மாறும் என்று காத்து இருந்தோம்!
கோலங்கள் அழியத்தான் வேண்டும்
என்று விதி மதித்து
சொல்லாமல் சொல்லிச் சென்றாயோ?

மனிதம் மறந்து புனிதம் அடைந்தாய்!
மானுடத்தின் இறுதி வரை,
சுமதி நீ வாழ்வாய்!
இறைவியாயிருந்து
இனி உன் குடும்ப நலன் காப்பாய்!
வாழ்க உன் நாமம்!

# 2. கட்டுமரம்

1991 ஆம் ஆண்டு...!
பன்னிரெண்டாம் வகுப்பின்
இறுதித் தேர்வில்
நான் வாங்கிய மதிப்பெண்கள்
மதிப்புடையதாயிருப்பினும்
அண்ணன் பாரதி படித்த
ஆர் இ சியில் சேருமளவுக்கு
அதற்குத் தகுதியில்லை
என அப்பா எனக்கு மாற்று வாய்ப்பை
அமைத்துத் தராது போயினும்,
கிடைத்ததே போதும் எனக் கருதி என்னை
திருச்சி புனித வளனார் கல்லூரியில்
இளங்கலை இயற்பியலில்
சேர்த்துக் கொண்டு,
மூன்று வருடங்கள் தவமாய் படித்து
தனிச்சிறப்புடன் முதல் வகுப்பில்
தேர்வான எனக்கு,
அந்த மதிப்பெண்கள் மட்டும்
என் சொந்தக் கல்லூரியிலேயே
எம் சி ஏ படிப்பதற்கு உதவாது,
அதற்கு பணமோ அல்லது சிபாரிசோ
தேவை என்றும்
அது என் அப்பாவால் கொண்டுவர
முடியாது என்றும் தெரியாது...!

1994 ஆம் ஆண்டு...!
கூடப் படித்தவர்கள் எல்லாரும்
சாமர்த்தியமாய்
தங்கள் வாழ்க்கைப் பாதையை
அமைத்துக் கொண்டு
பயணிக்கத் துவங்கிய பொழுது
திக்குத் தெரியாமல் எந்தப் பக்கம் போவது
என்று நிலைதடுமாறி என் செய்வது
என்று அறியாமல்
பொறியியல் படிப்பினும் கடினமானதும்,
கல்லூரிகளில் படிப்பிக்க இயலாததுமான
ஏ எம் ஐ இ படிப்பு படிப்பதற்காக
மாற்றுப்பாதையில்
பயணிக்க ஆயத்தமாகினேன்...!
இன்னொரு பக்கம்
கட்டிடப் பொறியாளர் ஒருவரின் கீழ்
வேலையும் பார்த்து வரலானேன்...!


1995 ஆம் ஆண்டு...!
அண்ணன் வற்புறுத்தலால்
சென்னை வந்து சேர்ந்து படிப்பைத் தொடர
ஏ எம் ஐ இ படிப்பின்
பகுதிச் சான்றிதழ் கிடைக்கப்பெற்று முடிக்க
வருடங்கள் இரண்டு ஓடியிருக்க,
வாழ்வில் பரிமளிக்க அது மட்டும்
பயன்படாது
எனக் கருதி அண்ணன்
என்னை இண்டீரியர் துறையில்
படிக்கச் சேர்த்து விட,
ஒரு வருட டிப்ளமா படிப்பை
மிகச்சிறந்த முறையில் படித்து,
அகில இந்திய அளவில்

இரண்டாம் இடம்பெற்று தேர்வாகி,
அத்துறை வல்லுநர் ஒருவரிடம்
இரு மாதங்கள் பணிபுரிந்து
வரும் சமயத்தில்
பேரிடியாய் வந்து சேர்ந்த
அண்ணண் அண்ணியின் விபத்துச் செய்தி,
எங்கள் கனவுகளை எல்லாம்
புரட்டிப் போட்டு சின்னாபின்னமாக்கிட,
மருத்துவமனையில்
தன் மனைவியின் மரணச் செய்தி
கூட அறியாது சிகிச்சை பெற்று வந்த
அண்ணன் பாரதியை மூன்று மாதங்கள்
கண்ணை இமை காப்பது போல
காத்து வந்தாலும்,
காலனின் கணக்கு முடிந்திட்ட
காரணத்தால்
1999 ஆம் ஆண்டின் முதல் நாளில்
பாரதி எங்களை விட்டு பிரிந்து,
குறிப்பாக என்னை அனாதையாய்
தவிக்க விட்டுச் சென்றான்...!

1999 முதல் 2005 வரை
சென்னையில் 3 வருடம்
பெங்களூரில் 3 வருடம்
என ஒரு எம் என் சி கம்பெனியில் பணி!
சக பணியாளராக நண்பர்
ராகேஷ் அறிமுகம்...!

2002ல் மனோவை சந்தித்து,
காதலாகி கசிந்துருகி பின்பு
2003ல் திருமணம் புரிய
2004ல் அகிலன் ஜனனம்...!

2005ல் புது கம்பெனி மாற்றம்.
வேலைக்குச் சேர்ந்து ஒரு வருடத்தில்
நண்பருக்கும் அங்கேயே வேலை வாய்ப்பை
ஏற்படுத்திக் கொடுத்து
2011 வரை நாளுக்கு 12 மணிநேரம்
உழைத்து முதலாளிகளின்
நற்பெயர் பெற்று பின்பு
2012 துவக்கத்தில்
நண்பருடன் கூட்டாக
புதிதாய் சொந்தமாக கம்பெனி துவக்கம்.
2012 துவக்கம் முதல் 2020 இறுதி வரை
கிட்டத்தட்ட 9 வருடங்கள்
மிகச் சிறந்த பல்துறை வேலைகளை
என் சொந்த முயற்சிகள்
காரணமாக கிடைக்கப் பெற்று
வடிவமைத்தல் தொடங்கி
செயல்படுத்துதல் வரை
தனியொருவனாய் செய்து,
பொருளீட்டி
வியாபார ஒப்பந்தம் காரணமாக
ஈட்டிய இலாபத்தில் சரிபாதியை
நண்பருக்கு பகிர்ந்து விட்டு
மிஞ்சிய பாதியைத் தான்
நாம் எடுத்துக் கொள்கின்றோம்
என்ற புரிதல் இருப்பினும்
அதனைப் பெரிதாகப் பொருட்படுத்தாமல்,
வந்த வருமானத்தில்
மனைவிக்கு விரும்பிய
தங்க ஆபரணங்கள் சேர்த்து
வங்கியில் பாதிக்கும் மேல்
வைப்புத் தொகையினை
வைத்து போக மீதித் தொகையில்

வாழ்க்கை வாழ்வதற்கே
என்ற கோட்பாட்டில்
விரும்பியனவெல்லாம்
அனுபவித்திடத் துணிந்து
மகிழுந்து முதல் சொந்த வீடுகள் வரை...
எண்ணில்லா இன்பச் சுற்றுலாக்கள்
குமரி முதல் ஆக்ரா வரை...
உள்நாடு முதல் வெளிநாடு வரை...
சாலையோர தள்ளுவண்டி முதல்
ஐந்து நட்சத்திர விடுதிகள் வரை...
என எல்லாம் சரியாகப்
போய்க் கொண்டிருக்க...
அழையாது வந்த விருந்தினராய்
2021 துவக்கத்தில்
வந்து சேர்ந்தது கொரானா
எனும் கொடும் உயிர்கொல்லி நோய்...!

செய்து கொண்டிருந்த
வேலைகள் நின்று போயின...
வரவிருந்த புதிய வேலைகள்
தள்ளி வைக்கப்பட்டன...
கொரானா கட்டுப்பாடுகள்
உச்சத்தைத் தொடத் தொட,
அடையாரில் பிரதான பகுதியில்
இருந்த அலுவலகத்திற்கு
வாடகை ஆறு மாத பாக்கி வைத்து
அதனை முன் தொகையில்
கழிக்கச் சொல்லி இனிமேலும்
இந்த சுமையை சுமக்க வேண்டாம் எனக்
கருதி அலுவலகத்தை காட்டுப்பாக்கம்
வீட்டின் அருகாமையில்
குறைவான வாடகைக்கு மாற்றிக் கொண்டு

ஆட்குறைப்பு, ஊழியக் குறைப்பு
என எல்லாம் செய்து.
மாதாந்திர செலவினங்களை வெகுவாக
குறைத்து நிமிர்ந்து பார்க்கையில்
ஒன்றரை ஆண்டுகள் ஓடிப் போயிருந்தன...
சராசரி வருட இலக்கின்
கால் பங்கினை மட்டுமே
கடந்த 2 வருடங்களில்
கிடைக்கப் பெற்றோம்...!
இதற்கிடையே கொரானாவின்
தாக்குதலுக்கு குடும்பம்
முழுமையாக ஆட்கொள்ளப்பட,
பண விரயம் தாண்டி
மனவலியுடன் செய்வது அறியாது
நின்று கொண்டிருந்தோம்...!

2021 ஆண்டின் இறுதியில்
தொழிலில் பெரிய முன்னேற்றம்
ஏதும் இல்லாத காரணத்தால்
மாதாந்திர செலவினங்களை
சமாளிக்க மாற்றுச் சிந்தனையாய்
தொழில் சார்ந்த சில்லரை
வணிக கட்டமைப்பு ஒன்றை
அமைக்க முடிவு செய்து
வீட்டின் அருகாமையிலேயே
2000 சதுர அடி
வணிக வளாக இடம் பார்த்து
உள் அலங்காரம் எல்லாம்
பெரும் பொருட்செலவில்
வெகு ரசனையுடன் பார்த்துப் பார்த்து
இழைத்து முடித்து,
அதற்கு "எக்ஸ்பீரியன்ஸ் செண்டர்" எனப் பெயரிட்டு,

அதன் திறப்பு விழாவினை
2022 ஜனவரி 17 ஆம் தேதி
என்று நாள் குறித்து ஆயத்தமாகையில்
மூன்று நாட்களுக்கு முன்பு
ஜனவரி 14 பொங்கல் தினத்தன்று
அப்பாவின் உடல்நிலை
குன்றியதைத் தொடர்ந்து
மருத்துவமனையில் அனுமதிக்கப்பட,
எல்லாமும் ஒரு நிமிடம்
ஸ்தம்பித்ததாகத் தோன்றிற்று...!

புதிய அலுவலகத்திறற்கு
பூஜை மட்டுமாவது செய்து முடித்து விட
முடிவு செய்து,
மருத்துவமனையிலிருந்து
என்னால் வர இயலாத சூழ்நிலையில்
நண்பரிடத்து அப்பணியை ஒப்படைத்து
விட்டிருந்தாலும்,
அதனைத் தொடர்ந்து அடுத்த
நாற்பது நாட்கள்
தந்தையுடன் சேர்ந்து மொத்த குடும்பமும்
மரணப் போராட்டத்தில்
ஈடுபட வேண்டிய காரணத்தால்
வியாபார திறப்பு விழா நிகழ்வினை
ஒரேயடியாக
புதிய கணக்கு ஆண்டில்
துவங்குதலே சாலச் சிறந்தது
என முடிவெடுத்ததன் விளைவு
2022 ஜனவரி 17ஆம் தேதியிலிருந்து
மார்ச் 22 வரை,
இரண்டரை மாத காலம்,
புதிதாய் அலங்கரிக்கப்பட்ட

எனது கனவு அலுவலகம்
பூட்டி வைக்கும் நிலைக்குத் தள்ளப்பட்டது...!
ஒரே ஆறுதல் அப்பா பிழைத்துக் கொண்டார்...!

இடையில் நண்பருடன்
வர்த்தகப் பங்கீடு தொடர்பாக
கருத்து வேறுபாடு ஏற்பட்டு
எங்களுக்குள் இருந்த 23 வருட
நட்பு முறிவடைந்த துரதிருஷ்டமும்
அரங்கேறி அவர் வெளியேற,
ஒட்டு மொத்த நிர்வாகத்தை
தனி ஒருவனாக நடத்த விழைந்து
அதற்கான மிகப் பெரிய விலைகொடுத்து
கையை விட்டுப் போகவிருந்த
தொழிலை மீட்டெடுத்து,
வியாபாரத்தின் பழைய பெயரை
தியாகம் செய்து
புதிய பெயரில் பயணிக்க
அனைத்தையும் மாற்றி
அதற்காக கூடுதல் செலவினங்கள்
செய்யத் துணிந்து
கடந்த ஏப்ரலில் இருந்து
இந்த பத்து மாதங்களில்,
புதிய வேலைகளுக்காக
எத்தனையோ மதிப்பீடுகளை
கொடுத்திருந்தும்,
வாடிக்கையாளர்கள் அளித்த
சின்னஞ்சிறு வேலைகள்
மட்டுமே கிடைக்கப்பெற்று,
அதில் கிடைத்த சொற்ப
வருமானத்துடன் கையிலிருந்த
மிச்ச பணம் அனைத்தையும்

சேர்த்து தொழிலை எப்படியாவது
நடத்தி விட வேண்டிய வைராக்கியத்தில்,
புதிய வியாபாரத்தை
மக்களிடையே கொண்டு செல்ல
நான் மேற்கொண்ட உத்திகள்
எதுவும் எடுபடாமல் போக,
எந்த காரணத்திற்காக இந்த
புதிய மாற்றுப் பாதையினை
தேர்ந்தெடுத்தேனோ
அந்தப் பாதை முழுதும்
கற்களும் முட்களுமே
இருக்குமேயானால்
நான் என்ன செய்வேன்...???

கையில் இருந்த பொருளெல்லாம்
இந்த மூன்று வருடங்களில்
மொத்தமாக கரைந்து போக,
இதற்கெல்லாம் ஒருபடி மேலாக,
ஆசையாசையாய் நான் செதுக்கிய
"எக்ஸ்பீரியன்ஸ் சென்டரும்"
வாடகைச் சுமை காரணமாக,
தற்சமயம் என் கையை விட்டு
இதோ போகப் போகிறது...!
பிள்ளையை பறிகொடுத்த
தாயின் மனநிலையில்,
நெஞ்சில் கவலைத்தீ பற்றி எரிய,
அலுவலகத்தை புதிய இடத்திற்கு
மாற்ற முற்பட்டு
மீண்டும் பயணிக்கத் துவங்குகிறேன்...!

1991 மேல்நிலைப்பள்ளி
இறுதி ஆண்டு தொடங்கி,

இதோ புது வருடம் 2023 ஜனவரி மாதம்
பிறந்து இருக்கிறது ... இன்று வரை,
இந்த 32 வருடங்கள்
நான் சந்தித்த சோதனைகளும்,
ஏமாற்றங்களும்
ஒன்றா, இரண்டா...?? கணக்கிலடங்கா...!
இவையெல்லாம் ஏன்
இவ்வாறு நடக்கிறது?
எனக்கு மட்டும் ஏன் நடக்கிறது
எனும் கேள்விக்கு
பதில்கள் ஏராளம், தாராளம்...!

நேரம் சரியில்லை,
கிரகம் சரியில்லை!
விரைய சனி, சூன்யம்,
முன் ஜென்ம பாவம், கர்ம பலன்...
இப்படி பலப் பல...!

மனித வாழ்க்கை என்பது
அலைகடலில் செய்யும்
படகு சவாரி போன்றது...!
சில காலம் பயணம் ரம்மியமாயிருக்கும்...
சில காலம் கடல் சீற்றத்தினால்
தத்தளிக்கும்...!
புயல் மழையில் சின்னாபின்னமாகும்...
படகில் ஓட்டை விழும்; கவிழும்...!
ஆனாலும் கரை சேரும் வரை
கட்டுமரம் மிதக்கும்,
இந்தக் கட்டுமரம் இறுதி வரை மிதக்கும்!
கரை சேரும்...!

# 3. என்றென்றும் உன் நினைவுகளில்

பாரதி!
அப்பாவின் மூத்த மகன்!
அம்மாவின் செல்ல மைந்தன்!
தம்பி தங்கைகளின் அன்புச் சகோதரன்!
எங்களுக்கு எல்லாமுமாம் இருந்தவன்!
முப்பது வயதுக்கு முன்பே
இறந்தும் போனவன்!

பாரதி யாரவன்?
அவன் ஒரு தனி மனிதன்
மட்டும் தானா?
இல்லை! இல்லை!
அவன் ஒரு சரித்திரம்
தாண்டிய சகாப்தம்!

ரத்தமும் சதையுமாய் இயங்கி வந்த
ஒரு உன்னத மனிதனை
காலன் அவசர அவசரமாய்
அழைத்துக் கொண்டு போய்
இதோ வருடங்கள் பதினான்கு
ஓடிப் போய்விட்டன!

அப்பா தான் அவனுக்கு எல்லாம்!
அவனை அப்பாவும்,

அப்பாவை அவனும்,
உயிருக்கு உயிராய் நேசம் செய்தது
கூடவே இருந்த எங்களுக்குத் தான்
தெரியும்!

அப்பா, தன மகன் என்னவெல்லாம்
ஆக வேண்டுமென
கனவு கொண்டிருந்தாரோ,
எல்லாவற்றையும், ஒன்று விடாமல்
செய்து முடித்தான் என்றால்
அது மிகையில்லை!

தேவகோட்டையில் "டி பிரிட்டோ",
காரைக்குடியில், "எல் எப் ஆர் சி "
குழித்துறையில் அரசுப் பள்ளி!
திருச்சியில் உருமு தனலக்ஷ்மி
மற்றும் புனித வளனார் பள்ளி...!
என அவன் படித்த பள்ளிகளில் எல்லாம்
வகுப்பில் முதல் மாணவனாய்த்
திகழ்ந்தது மட்டுமின்றி,
கலை இலக்கிய
போட்டிகளிலெல்லாம் கலந்து கொண்டு,
அனைத்திலும்
சிறப்பிடம் பெற்றுத் தேர்ந்தான்!

மகாகவி பாரதியாய்
கார்முகில் கண்ணனாய்
தேசப் பிதா காந்தியாய்
இன்னும் பலவுமாய் பள்ளி
மாறுவேடப் போட்டிகளில்
அவன் தரிக்காத வேடமில்லை!

பத்தாம் மற்றும் பன்னிரெண்டாம் வகுப்பு
பொது தேர்வுகளில் இரெண்டிலும்
பள்ளியின் முதல் மாணவனாய்
வந்தாலும் அதன் பின்னணியில்
அவன் பட்ட சிரமங்கள்
ஒன்றல்ல இரெண்டெல்ல...!

பத்தாம் பொதுத் தேர்வின் பொழுது
அவனுக்கு பெரியம்மை கண்டிருந்தது!
ரிக்ஸா வண்டியில் பள்ளி சென்று
தனித்து தேர்வு எழுதினான்!
அம்மை குணமானதும்
சமயபுரத்துக்கு வேண்டிக் கொண்டு
ஐம்பத்திரண்டு வாரங்கள்
பிரதி ஞாயிறு சென்று வந்து
கொண்டிருந்தான்!

பன்னிரெண்டாம் வகுப்பு வேதியியல்
பொதுத் தேர்வு எழுதும் பொழுது,
பள்ளி செய்த சிறு குளறுபடியால்
நேர அவகாசமின்றி,
கடைசி வினாவொன்றை
தான் விட்டுவிட்டு வந்ததால்
அவன் குமுறிக் குமிறி அழுது கொண்டு
வந்தது இன்னும்
எனக்கு ஞாபகம் இருக்கிறது!

அவன் படித்த காலங்களில் நாங்கள்
திருச்சி செக்கடிச் சந்தில்
பாப்பாக்கா வீட்டில் வசித்து வந்தோம்!
அது ஒரு குடிசை வீடு!

இடுக்கு முடுக்குமான மாடிப் படிகளில்
சிலேட்டும் பலப்பழுமமாய்
பார்க்கும் நேரமெல்லாம் படித்துக்
கொண்டே இருப்பான்!
விடுமுறை நாட்களில்
வீட்டின் பின்புறமுள்ள
டவுன் ஸ்டேசனில்
பிளாட்பாரத்தில் மரங்களின் நிழலில்
எங்களையும் அழைத்துக் கொண்டு
படிப்பான்!

பாடப் புத்தகங்களைத் தவிர
பொது அறிவுப் புத்தகங்களையும்
நாவல்களையும் விரும்பி வாசிப்பான்!
சுஜாதாவும் ஜெயகாந்தனும்
அவன் எங்களுக்குச்
சொல்லிக் கொடுத்தது தான்!

குமுதம் ஆனந்த விகடன்
என்றால் உயிர் அவனுக்கு!
அவை வரும் நாட்களில் கடைக்கு
முதல் ஆளாய் போய் நிற்பான்!

கண் பார்வையில் சிறு வயது தொட்டே
அவனுக்கு குறைபாடு இருந்து வந்தது!
சோடாபுட்டி மாதிரி கண்ணாடி தான்
அணியவேண்டுமானாலும்
அதை பத்தியெல்லாம்
அவன் கவலைப் பட்டதாகத்
தெரியவில்லை!
சொல்லப் போனால் கண்ணாடியுடன்

இருந்தால் தான் எங்களுக்கு அவன்
அழகனாய்த் தெரிந்தான்!

முகத்தில் அடிக்கடி பருக்கள்
அவனுக்கு வருவதுண்டு!
அதை எந்நேரமும் நோண்டிக் கொண்டே
இருப்பான்!
கண்ணாடியை கழட்டி வைத்து விட்டு
ஒரு மாதிரி கோணப் பார்வைப் பார்த்துக்
கொண்டுஅவன் நோண்டுவது
ஏதோ நேற்றுப் பார்த்தது போலிருக்கிறது!

கிடைத்த இடங்களிலெல்லாம்
விரல்களிலேயே தாளம் போடுவான்!
கவிதைகள் எழுதவான்!
எதுவும் செய்ய இல்லாவிடில்
எதையோ யோசித்துக் கொண்டே
இருப்பான்!
வாழைப்பழம் விரும்பி உண்பான்!
இரவு எந்த நேரமேயானாலும்
அப்பா பிரியப்பட்டால் வாழைபழம்
வாங்க ஓடி விடுவான்!

பிளஸ் டூவில்,
பள்ளியின் முதல் மாணவனாய்
அவன் வந்ததும், அவன் பெயர்
பள்ளி முதல்வர் அறையில்
ஒரு வருடம் முழுதும்
எழுதப் பட்டிருந்ததும்
என் அண்ணன் பாரதி என்று
சொல்லிக் கொண்டு பெருமையுடனும்

கர்வத்துடனும் வலம் வந்ததும் இன்னும்
பசுமையாய் நெஞ்சில்
உறைந்துப் போயிருக்கிறது!

பள்ளிக் காலம் முழுதும்
பிளாஸ்டிக் கூடையிலேயே புத்தகங்கள்
கொண்டு சென்று வந்தான்!
அதற்காக அந்த கூடைக்குத் தான்
பெருமையாய் இருந்திருக்கும்!
இன்னும் நினைவிருக்கிறது,
ஒரு கரும் பச்சையும் கருப்பும்
கலந்து பின்னப்பட்ட கூடை அது!

1113 மார்குகள்,
அவன் வாங்கியது பிளஸ் டுவில்!
RECT யில் அவன் தேர்வானதும்,
மாநில அளவில் அவன் முதல்
பத்து இடங்களில் ஒருவனாக
வெற்றி பெற்று இருக்கிறான்
எனத் தெரிய வந்தோம்!

REC வளாகத்தில்,
கவுன்சிலிங் சமயத்தில்
தேர்வாளர் அவன் கேட்கும்
எந்தத் துறையும்
கொடுக்கத் தயாராய் இருந்த போதும்
அப்பா சொன்னார்கள் என்பதால்
அப்பாவுக்கு பிடிக்கும் என்பதால்
சிவில் இன்ஜினியரிங் தேர்ந்தெடுத்தான்!

08.08.88 - அவன் கல்லூரியில்
அடி எடுத்து வைத்த தினம்!

அவன் படித்த நான்கு வருடங்களும்
நாங்களும் கூடப் படித்தது போல
ஒரு உணர்வு!
வருடம் தோறும் நடை பெறும்
FESTEMBER அப்போதெல்லாம்
மிகப் பிரபலம்!
அவனது வகுப்புத் தோழர்கள்
பலரை எங்களுக்கும் தெரியும்!
பீட்டர், பால், மாலினி, பிரகாஷ்
இப்படி பலர்!

கல்லூரி இறுதி ஆண்டில்
All over performance பரிசு மற்றும் முதல்
இடத்துக்கான Gold Medal - ஐயும்
அவனே தக்க வைத்துக் கொண்டான்!
எட்டாவது செமஸ்டர் முடியுமுன்னே
campus interview - வில் Larsen &Toubro
அவனுக்கு வேலை கொடுத்தது!

1992 - இல் இன்ஜினியரிங் முடித்ததும்
வேலை நிமித்தமாக அவன்
ஒரிசாவுக்கு செல்ல வேண்டி இருந்தது!
Jharsaguda எனும்
ஒரு வறண்ட பிரதேசத்தில்
சிமெண்ட் தயாரிக்கும் ஆலை ஒன்றை
அவனது கம்பெனி
நிறுவிக் கொண்டிருந்தது!

குருவிக்கூடு போல நாங்கள்
வளர்ந்து வந்ததனால்
அவனைப் பிரிந்து எங்களால்
ஒரு நாள் கூட இருக்க முடியாது

போனாலும் அவனுடன்
தினமும் பேசுவது போல
நாளுக்கொரு கடிதம்
நாங்கள் நால்வரும்
ஆளுக்கொருநாள்
என வரிசைப்படி எழுதி கொள்வோம்!
அவனும் அங்கிருந்து தினமும்
ஒரு போஸ்ட் கார்டை
எங்களுக்கு அனுப்பிக்கொண்டிருந்தான்!

ஒரிசாவில் அவன் இருந்த போது
அவனுக்குப் புதிதாய் உடம்பில் ஒரு
பிரச்சினை வந்தது!
கால் விரல்களில் இருந்து
வெட்டு பட்டது போல
இரத்தம் அடிக்கடி
கசியத் தொடங்கும் எனவும்
அதுவே பின்னர் பாதம் முழுமையும்
பரவிக்கொண்டது என்றும் அறிந்து
அவன் பிறிதொரு முறை
ஊருக்கு வந்த போது
டாக்டர் பாலாஜியிடம் காண்பித்து
அனுப்பி வைத்தோம்!
காண்பித்த முதல் மாதத்திலேயே
அது ஆறிப் போனதாய் ஞாபகம்!
அதனால், இன்றும் எங்களுக்கு
டாக்டர் பாலாஜி மீது
ஒரு மரியாதை உண்டு!

சிறிது காலத்தில் அவனுக்கு
சென்னைக்கு மாற்றல் கிட்டியது!
வந்ததும் ராமாவரம் அருகிலிருக்கும்

அவனது அலுவலகம் மிக அருகாமையில்,
s & s - ஸ்டாப்புக்கு எதிரே சபரி நகரில்
அவனது அலுவலக சகாக்கள்
நால்வருடன் தங்கி இருந்தான்!
நம்பர் ஐந்து
சபரி நகர் மறக்க முடியாத முகவரி!

பின் சில மாதங்களில்
தனியாய் ஒரு வீடு பிடித்து
அங்கே குடி போனான்!
அப்பா, அவன் கஷ்டப் படக்கூடாதென்று
அம்மாவை அவனுடன் இருக்க
அனுப்பி வைத்தார்கள்!
ஊரில், லக்ஷ்மிதான் என்னையும்
அப்பாவையும் பார்த்துக் கொண்டாள்!

ஆபீஸுக்கு ஒரு சைக்கிளில்
தான் செல்வான்!
விடுமுறை நாட்களில் அம்மாவை
'வாராவாரம் ஒரு இடம்' என்று
சென்னை முழுதையும்
கூட்டிச் சென்று காண்பித்தான்
என்று அம்மா இன்னமும் சொல்வாள்!

அப்பாவின் இஷ்ட புத்திரனாய்
திகழ்ந்த அவனுக்கு
அப்பாவே ஒரு பெண்ணைப் பார்த்து
ஏறக்குறைய நிச்சயம் செய்து வந்து,
அவனிடம், "பாரதி, அந்த பெண் உன்னை
பார்க்க வேண்டும்"
எனப் பிரியப் படுவதாகச் சொன்னார்கள்!
எந்த மறுப்புமின்றி,

அப்பாவின் ஆசைப் படி,
எங்கள் அண்ணியை மணமுடிக்க சம்மதித்தான்!

அவனது திருமணம்
ஒரு அழகிய தமிழ் முறை திருமணம்!
மூன்று மதப் பெரியவர்களால்
ஆசிர்வதிக்கப்பட்டு
1997 ஆம் ஆண்டு நடை பெற்றது!

அண்ணி லக்ஷ்மி தேவி,
அவனுக்கேற்ற சரியானத்
தேர்வாகவே இருந்தார்கள்!
"எங்கள் இல்லத்துக்கு ஒளியேற்ற
வந்த மகாராணியே, எங்களை வழி
நடத்து" என அவர்கள்
போரூர் அபிராமி வீட்டிற்கு
வந்த பொழுது
நாங்கள் அவர்களை வரவேற்றோம்!

அன்பும் ஆனந்தமும் பரவிக் கிடந்த
அந்த வீட்டில், அண்ணி தாய்மையுற்று
இருந்த வேளையில்,
ஏழு மாதங்கள் கடந்த நிலையில்,
அண்ணிக்கு பிரசவ வேதனை வந்து
குறை மாத சிசுவை ஈன்று எடுத்தார்கள்!
ஆனால், கடவுளின் விருப்பம்
வேறாய் இருந்தது!
அந்த குழந்தை, அப்பாவால்
முன்பே "சண்முகராஜன்"
என நாமகரணம் சூட்டப்பட்ட குழந்தை,
பிறந்த இரெண்டே நாட்களில்
எங்களைப் பிரிந்துச் சென்றது!

அந்த இழப்பு ஆறா ரணத்தை
பாரதியின் மனதிலும் அண்ணியின்
மனதிலும் ஏற்படுத்தியது!
அந்த சம்பவமும்,
அதைத் தொடர்ந்து அடுத்த
எட்டு மாதங்களில்
கடந்து போன சம்பவங்களையும்
விவரிக்கும் கல் மனசு எனக்கில்லை!

அப்பாவைப் பொருத்தவரை,
"பாரதிக்கு இனியெல்லாம் அண்ணியே"
என்ற எண்ணம் மேலோங்கி இருந்தாலும்,
பாரதிக்கோ, அவனது திருமணம்
எங்களிடமிருந்து அவனை பிரித்து போன
ஒரு துயரமாகவே அவன்
எண்ணியிருக்கக்கூடும்!
எத்தனை தான் அண்ணியிடத்து அவன்
பிரியமாக இருந்து வந்தாலும்
அவன் மனதில் எங்கோ ஒரு இடத்தில்
எங்களுக்கு எல்லாம் அவன் துரோகம்
செய்துவிட்டதாகவே
நினைத்து கொண்டே இருந்து
இருக்கிறான்!

காலனின் கோர தாண்டவம்
உக்கிரமாக எங்கள் வீட்டில் நடந்தேறியது!
சிறு ஊடலின் காரணமாய் அண்ணி,
விபரீத முடிவைத் தேடிக்கொள்ள,
சற்றும் அதனை எதிர்பாராத அவனும்
அந்த முடிவினில் தன்னையும்
ஈடுபடுத்திக்கொள்ள
அது ஒரு கருப்பு தினமாகிப் போனது!

விபத்தின் தீவிரம் காரணமாக அண்ணி
எங்களையும், அவனையும்
இரு நாட்களில் பிரிந்து போனார்கள்!

அதிக 'வெந்த விழுக்காடு' வேதனையில்
தன்னிலை மறந்த நிலையில்
பாரதி வெறும் உயிரை மட்டும்
வைத்துக் கொண்டு
அடுத்த மூன்று மாதங்கள்
போரூர் ராமச்சந்திரா மருத்துவமனையில்
போராடி வாழ்ந்து வந்தான்!

1999 ஆம் வருடப் பிறப்பு
எங்களுக்கு இன்னும்
சில மணி நேரங்களில்
ஒரு பேர் அதிர்வை தரப் போகிறது
என்பதறியாது நாங்கள்
அன்றைய தினமும் அவனுக்கு வேண்டிய
பணிவிடைகளைச் செய்து கொண்டிருக்க,
மதியம் 2.30 மணியளவில்,
அவனது அருகாமையில் நான் மட்டும்
உடனிருக்க என் கண் முன்னேயே
அவனது உயிர் பிரிந்து போனது!

நாங்கள் அனைவரும் இடிந்து போனோம்!
அன்றிலிருந்து இன்று வரை
ஏதோ ஒரு சக்தி
எங்களை உயிர்த் தாங்கியிருக்க
செய்கிறதென்றால்;
எங்களுக்கு
மருதுவையும், மனோவையும்,
பிள்ளைகள் அறிவையும், அகிலனையும்

கொண்டு வந்து சேர்த்திருக்கிறதென்றால்;
சந்தோசமும்
வளமுமான வாழ்க்கையினை
நித்தமும் கொடுத்துக்
கொண்டிருக்கிறதென்றால்;
அது அவனின் ஆசிர்வாதமேயின்றி
வேறொன்றுமில்லை!

அவன் இறுதியாய் வாழ்ந்த வீட்டில்
அவன் சுவாசித்து நிரப்பிய
புண்ணிய மனையில்
அவன் இன்னும்
எப்போதும் என்னுடனே இருந்து
என்னை நடத்திச் செல்லவிருக்கிறான்
என்ற திருப்தியோடு மனசார உளமார
மீண்டும் "அபிராமியில்" குடியேற
இருக்கிறேன்!

உன் ஸ்பரிசம் இன்னும் என்னில்
ஒட்டிக்கொண்டுதானடா இருக்கிறது!
அப்பாவிற்கு ஒரு வாசமுண்டு;
உனக்கும் ஒரு வாசமுண்டு!
அந்த வாசங்களுக்கு
ஈடு இணை ஏதுமுண்டோ?

நம் பாசங்களின் ஆத்மார்த்தமாய்
நமக்குள் என்றும் தங்கிவிட்ட அந்த
வாசங்களை நாசிகளில் மட்டுமல்லாது
உணர்வுகளாலும் முகர விழைகிறேன்!

இறப்பற்காகவே பிறக்கிறோம் என்றாலும்
பிறந்து விட்டோம் என்பதனால்

கடமைகள் எத்துனைதான் அழைத்தாலும்
எஞ்சியுள்ள காலங்கள் முழுமையும்
என்றென்றும் உன் நினைவுகளில் இருந்து
விட்டு போகிறேன்!

"பாரதி" மீண்டும் வா!
உன்னைக் காண ஆவலாய் இருக்கிறேன்!
வா! வந்து, மகன் அகிலனுக்கு பாடம்
சொல்லிகொடு!
என் கையைப் பிடித்துக் கூட்டிச் செல்!
முடிவிலிகளாய்
நம் தருணங்கள் தொடரட்டும்!

# 4. என்ன தவம் செய்தேன் நான்?

அரிது அரிது மானிடனாய் பிறத்தல் அரிது!
அதனினும் அரிது
என் பெற்றோர்களுக்கு
மகனாய் பிறக்கும்
வரத்தைப் பெற்றல் அரிது!

எதிலிருந்து துவங்குவது
என்றுத் தெரியவில்லை!
முக்கியமான எதையும் விட்டுவிடக் கூடும்
பாவம் செய்யும் துணிச்சலும்
எனக்கு இல்லை!
பதிவுகள் பலவும் பலகாலம்
நான் எழுதி வந்தாலும்
இப்பதிவு எழுதும் அவசியம்
இப்பொழுது வந்தாகி விட்டதா
எனவும் விளங்கவில்லை!
இருப்பினும் இனியும்
எழுதாது தாமத்திதால்
என் பிறப்பின் நோக்கம் நிறைவேறும்
என்று எனக்குத் தோணவில்லை!
ஆதலால் துளியும் தள்ளிபோடாது
எழுதக் கடவுவது
என எனக்கே ஒரு கட்டுப்பாடை வரைந்துக்
கொண்டுத் துவங்குகிறேன்!

வருடம் 1970!
அந்த இளைஞனுக்கு
வயது இருபத்தியொன்பது!
அந்த யுவதிக்கோ
இருபத்தியொன்று இருந்திருக்கலாம்!
சொந்தமே ஆனாலும்
காதல் செய்வது எனக் கருதி
முறைப் பெண்ணிற்கு
"கள்ளோ காவியமோ" பரிசளிக்கின்றான்!
காதலியின் கன்னத்தில்
வெட்கச் சிவப்பு மறையும் முன்
திருமணம் குறித்து இரு மனங்களும்
மௌனங்களால் பரிபாலனைச்
செய்துகொள்ள
ஒரு இந்துத் திருமணம்
கிறுத்துவ பாதிரியாரின் ஆசிர்வாதத்தோடு
இனிதே முடிவுறுகிறது திண்டுக்கல்லில்!

கூட்டுக் குடும்பத்தில் துவங்கிய
அவர்களது பயணம்,
மெல்ல மெல்ல தனிக்குடித்தனமானாலும்
அவ்விளைஞனின் வேலை பொருட்டு
மாற்றல்கள் ஏராளம் வரத் தொடர,
அவ்வுயதியின் இல்லற வாழ்க்கை
தமிழ்நாட்டின் அநேகப் பட்டணங்களைச்
சுற்றிச் சுற்றி வந்தாலும்,
அந்தக் காதல் பரிசுத்தமானதால்
நான்குக் குழந்தைகள்
ஒன்றன் பின் ஒன்றாக
அவர்களிடம் தவழத்தான் செய்தன!

முதல் குழந்தைக்கு கவிஞன் பாரதியின்
பிறந்தநாளினை ஒட்டி
பிறந்ததனால் 'சோம சுந்தர பாரதி'
என நாமாகரணம் சூடப்படுகிறது!
இர்ண்டாவதாக பிருந்தா எனும்
அழகிய பெண் குழந்தை!
முதல் வருடம் கடந்ததும்
காலனின் கணக்கு வேறாக இருக்க,
பிருந்தா நீங்காத் துயரம்
தந்து விட்டு போய்விடுகிறாள்!
அதனைத் தொடர்ந்து
மணிகண்டனும், மகாலக்ஷமியும்
என அந்தக் குடும்பம்
ஒருவழியாக ஐவர் எனப்
பயணிக்கத் துவங்குகிறது!

குருவிக் கூடென
குஞ்சுகளைக் கவ்விக் கொண்டு
தலைவனும் தலைவியும் கைகளில்
ரெண்டுத் தகரப் பெட்டிகளுடனும்
மனதில் பரந்த வாஞ்சைகளுடனும்
ஊர் ஊராகச் சுற்றி வருகின்றனர்!
குடிசை வீடும் தகரக் கொட்டகைகளுமே
நிரந்தரமாகிப் போனாலும்
அக்குடும்பத்தில் எல்லையிலா
ஆனந்தம் மட்டும்
என்றென்றும் நிதர்சனமாய்
தங்கி விடுகிறது!

நகராட்சிப் பொறியாளர் எனும் பதவியில்
நேர்மைத் தவறா

கொள்கைகள் பால்
கொண்டிருந்தப் பிடிப்பால்
"தன் கடன் பணி செய்து கிடப்பதே" என
அவனோ கடமையில் மூழ்கி கிடக்க,
அவனது மனைவியோ
தன் கணவன் மற்றும் குழந்தைகள்
தான் உலகம் என்று
அவர்களையேச் சுற்றி சுற்றி வர,
அவ்விருவரும் தங்கள் வாழ்வாதாரத்தின்
பகட்டைப் பற்றியெல்லாம்
கவலைப்பட்டதாகவேத் தெரியவில்லை!

குழந்தைகள் படிப்பு ஒன்று மட்டுமே
அவ்விருவருக்கும் பிரதானமாக இருந்து
வந்திருக்க வேண்டும்!
அதன் பரிசாக குழந்தைகள் மூவரும்
குறிப்பாக பாரதியோ தன் தந்தையின்
எல்லாக் கனவுகளையும்
ஒட்டு மொத்தமாக நிறைவேற்றி வர,
அதற்காக அவர்கள் செய்த தியாகங்கள்
பட்டியலுக்கு அப்பாற்பட்டது!
சொந்தமாய்
ஒரு தொலைகாட்சிப் பெட்டியும்,
இதர பல அத்தியாவசிய
வீட்டு உபயோகப் பொருள்கள்
வாங்குவதற்கு அவர்களுக்கு
இருபத்தி நான்கு வருடங்கள்
தேவைப்பட்டிருக்கிறது என்றால்
அந்தத் தியாகத்தின் வலி புரியும்!
இப்படியிருக்க சொந்தமாய் வீட்டிற்கு
எங்கு போவது?

மூத்த மைந்தன் முதன் முதலாய்
பணி நிமித்தமாய்
வெளி மாநிலம் செல்லவேண்டிய சூழலில்
அந்தக் குடும்பத்தில் முதல் பிரிவு
புயலாய் வீசத் துவங்கிற்று!
குருவிக் கூட்டிலிருந்து முதன் முதலாய்
சேய்க்குருவி பறந்துச் செல்ல,
சந்தோசப் படவேண்டிய
குடும்பம் துக்கம் தொண்டையை அடைக்க
வருடம் இரெண்டை
இரு யுகங்களாய் கடந்துச் சென்றது!

1995 ஆம் ஆண்டு!
இரெண்டாம் மகன் மணிகண்டன்
திருச்சியில் கல்லூரிப் படிப்பை
முடித்துக் கொண்டு சென்னை வர,
"எல் அண்ட் டி" யில் பணிபுரியும் மூத்த மகன்
தாயையும் தமையனையும்
கூட வைத்துக் கொண்டு
சென்னையில் போரூரில் ஸ்ரீராம் நகரில்
"அபிராமி குடியிருப்பில்" வாழ,
ஊரிலோ கடைக்குட்டி லக்ஷ்மி
பொறியியல் படிப்புக்காக
ஈரோடு கல்லூரியில் சேர்ந்திட,
குடும்பத் தலைவன் திருச்சியில்
குடிநீர் வடிகால் பணியில் தொடர்ந்திட
என அக்குடும்பம் மூன்று திசைகளில்
பயணிக்கிறது!

1997 ஆம் ஆண்டு!
மூத்த மகனுக்குத் திருமணம்!

அதனைத் தொடர்ந்து அடுத்த பதினைந்து மாதங்களில்
நடந்தேறிய சம்பவங்கள்
கல் இருதயம் கொண்டோரையும்
அறுத்துப் போடும் படியாகக்
கடந்துச் செல்கிறது!

நெருப்பையும் சுட்டெரிக்கும்
சக்தி கொண்ட,
நேர்மையையும் தன்மானத்தையும்
தன்னகத்தே கொண்டிருந்த அக்குடும்பம்,
காலனின் கோரத் தாண்டவ ஆட்டத்தில்
மகனையும் அவன் துணையையும்
பரிதாபமாக இழந்து நின்றது!
படிப்பதற்கே ரணமாயிருக்கும் பொழுது
அதனை அனுபவித்தவர்களின்
வேதனையினை
வெறும் வார்த்தைகளால்
விவரிக்க இயலுமோ?

"இப்படியெல்லாம் ஏன் நடக்கிறது?"
என்றெல்லாம்
எண்ணிப் பார்த்து கால விரயம்
செய்யக்கூட நேரம் இல்லாது
அந்த இருவரும் எஞ்சிய
இரு குழந்தைகளைக்
கரை சேர்க்க வேண்டிய கட்டாயத்தில்
மீண்டும் ஓடத் துவங்க,
காலச் சக்கரம் மறுபடியும் ஒரு சுற்று
வர ஆயத்தமாகிறது!

மகள் கல்லூரி முடிக்கிறாள்!
அண்ணனின் ஆசைப் படி

நல்லதொரு மென்பொருள் நிறுவனத்தில்
தன்னை பணியமர்த்திக் கொள்கிறாள்!
நிறுவனம் அவளை "கனடா" அனுப்புகிறது!
பெங்களூரில் சொந்தமாய்
வீடு வாங்க முடிகிறது!
மீதமுள்ள ஒரே ஒரு மகன்
அண்ணன் சேர்த்து விட்ட படிப்பில்
அகில இந்திய தேர்வில்
இரெண்டாம் இடம் வருகிறான்!
சென்னையில் அதே நிறுவனத்தில்
பணிபுரியும் வாய்ப்பைப் பெறுகிறான்!
மகன் "இருந்து இறந்த" வீட்டையும்
அவர்கள் வாங்கும் சூழல் வருகிறது!
குடிசைகளில் வாழ்ந்து வந்த அக்குடும்பம்
வெளியே வந்து வானத்தை
அன்னாந்து பார்க்க
காலம் கட்டாயப் படுத்துகிறது!
கண்களில் நீர் பனிக்க
"இதுவும் கடந்து போகும்" என
ஒன்றுக்கு இரண்டு வீடுகளைச்
சொந்தமாக்கிக் கொள்ளும்
நிலையையும் தாங்கி கொள்கிறது!

மகளும் மகனும் புதிய சொந்தங்களை
திருமணங்கள் வாயிலாகக் கொணர
அக்குடும்பத்தில் பேரப் பிள்ளைகள் பிறக்கிறார்கள்!
சென்னையிலும் பெங்களூருவிலும்
சொந்த வீடுகள்
ஒன்றுக்கு இரண்டு இருந்தாலும்
இதை தவிர்த்து குளித்தலையிலும்
மேலும் ஒரு வீட்டை கொண்டிருந்தாலும்
எல்லோரையும் போல தனித்திருக்க

மனம் ஒப்பாத நிலையில்
அவ்விருவரும்
மகன் மற்றும் மகள் வீடுகளில்
மாறி மாறி நாடோடிகள் போல
வாழ முற்படுகிறார்கள்!

இளைய மகன் தட்டுத் தடுமாறி
கொஞ்சம் கொஞ்சமாகக்
காலூன்றி நிற்க முற்பட,
காலம் அவனுக்கும் சொந்தமாக
இரண்டு வீடுகளை வாங்கித் தருகிறது!
மனதுக்குள் பூரித்துப் போனாலும்
அதனை முழுமையாக வெளிகொணராமல்
சொந்தமாகத் தொழில் நடத்தும் மகன்
எங்கே வரும் காலத்தில் இடறி விடுவானோ
எனும் ஐயம் மேலூன்றி நிற்க
தங்களுக்கு என்று எதையும்
வைத்துக் கொள்ளாமல்
தமக்கென்று இருந்த சொந்த வீடுகளில்
ஒன்றை விற்க முற்படும் துணிவு
என் பெற்றோர்களைத் தவிர
இந்த உலகத்தில்
வேறு யாருக்காவது வருமா?

மூத்த மகனின் இழப்பு அவ்விருவரையும்
நிரந்தர சொல்லெனாத் துயரத்தில்
ஆட்படுத்தியிருந்தாலும்
அதனை தங்களிடத்திலேயே
புதைத்துக் கொண்டு
வாழ்ந்து கொண்டிருக்கும்
என் பெற்றோர்கள்,
சுயநலத்திற்கே சுயநலம் வந்தாலும்

வரலாம் ஆனாலும்
தங்கள் சுயநலம் பாராது
தம் மக்கட் துயரைப் போக்க
வெறும் உயிரை மட்டும்
வைத்துக் கொண்டிருக்கும் நிலைதனைப்
பார்க்கும் போது எண்ணிப் பார்க்கிறேன்!

அரிது அரிது மானிடனாய் பிறத்தல் அரிது!
அதனினும் அரிது என் பெற்றோர்களுக்கு
மகனாய் பிறக்கும்
வரத்தைப் பெற்றல் அரிது!
அவர்களுக்கு என்ன கைம்மாறு
நான் செய்யப் போகிறேன்!

பகவத் கீதை கேட்கிறது:
"எதைக் கொண்டு வந்தோம்,
எதைக் கொண்டு செல்ல?" என்று!
ரத்தமும் சதையும் பிண்டமுமாக என்னை
இந்த உலகத்தில் கொண்டு வந்து சேர்த்த
அந்த தியாக உள்ளங்களுக்கு
என்னத் தரப் போகிறேன்?
அவர்களுக்காக "என்னையேத் தருதல்"
ஒன்றைத் தவிர
வேறெதனையும் தந்தாலும் ஈடாகுமா?

என்னைப் போன்றோர்கள்
"ஏதோ பிறந்தோம், ஏதோ வளர்ந்தோம்,
ஏதோ வாழ்ந்தோம்"
என்றே எண்ணி எண்ணி,
மானுடச் சுகங்களையும்
உயிரற்ற ஜடங்கள்பால்
கொண்ட சுகங்களையும்

அனுபவிப்பதுதான் பிறப்பின் நோக்கம்
என்று அறியாமை இருளில் மூழ்கி
இருப்பது போல் நானும் இல்லாது,
என் குடும்பத்தை என்னை விட
அவர்களால் நன்றாக பார்த்துக் கொள்ள
என் பெற்றோர்களால் மட்டுமே முடியும்
என்பதனை முழுமையாக
அறியப் பெற்றவனாய் என் ஆயுளையும்
அவர்களுக்குச் சேர்த்துக் கொடுக்க வேண்டி
இந்த கணம் மரித்துப் போகும்
வரம் கிடைக்க ஏங்கியவனாய்
அவர்களைப் பார்த்துக் கேட்கிறேன்!

"அம்மா, அப்பா,
தங்களுக்கு மகனாகப் பெற
என்ன தவம் செய்தேன் நான்?"

# 5. காதலர் தினம்

அன்று காதலர் தினம்!
இன்னும் பசுமையாக இருக்கிறது!
என் "அவளை" நான்
இரெண்டாம் முறையாகப் பார்த்த நாள்,
2003, பிப்ரவரி 14 ஆம் நாள் காலை,
பெங்களூர் புகைவண்டி நிலையத்தில்…!
ஒரு முயல் குட்டியாக
வெளியே மெல்லத் தெரிந்தாள்!

கண்களில் அவ்வளவு காதலையும்
பயத்தையும் தேக்கி வைத்துக் கொண்டு,
என் தங்கையின் முதுகின் பின்னால்
தன்னை சின்னதாய் மறைத்துக் கொள்ள
முயற்சித்துத் தோற்றுப்
போய்க் கொண்டிருந்தாள்!

எனக்கு அவளைப்
"பார்த்ததும் பிடித்துப் போனது"
நடந்து சரியாக ஒரு ஆறு மாதங்கள்
ஆகி விட்டிருந்தது!
அதற்குப் பிறகு இப்பொழுதுதான்
மீண்டும் பார்க்கிறோம்!
இந்த இடைப்பட்ட காலத்தில்
நாங்கள் அலைபேசிகளிலும்
தொலைபேசிகளிலும் தான்
எங்களைப் கேட்டுக் கொண்டிருந்தோம்!

காதல் செய்வது
எவ்வளவு வலிக்கச் செய்யும்
என்பதை அறிந்தே
புரிந்து கொண்டிருந்தோம்!
காதல் பைத்தியம் பிடிக்கச் செய்யும்
என்பதைத் தெரிந்தே ஒருவர்பால்
ஒருவர் பித்து கொண்டிருந்தோம்!
காதல், பசியை
மறந்துப் போகச் செய்யும் என்பதனை
உணர்ந்தே ருசியையும் மறுக்கக்
கற்றுக் கொண்டிருந்தோம்!
தங்கையின் திருமணம் நடைபெறாது
என் திருமணம் நடைபெறாது என்பதை
சுகமான சுமையாகச் சுமந்து
கொண்டிருந்தோம்!
என் தங்கையின்
தோழியின் தங்கை அவள்!
எனக்கும் தங்கையாகியிருக்க
வேண்டியவள்!
விதியின் விருப்பம் வேறாகிப் போவதற்கு
எங்கள் மதியை மதிக்காது
பழக்கிக் கொண்டோம்!

இப்படியெல்லாம் கூட எதார்த்தத்தில்
நடைபெறுமா என்பது சந்தேகமே!
நாளை என் வாழ்க்கைத் தோழியாக வர
வேண்டியவள்
இன்று என் தங்கையின் திருமணத்
தோழியாக வந்து இறங்குகிறாள்!
அவள் "எனக்காகப் பிறந்தவள்"
என்பதை சமூகம்

ஒத்துக்கொள்ள மேற்கொள்ளப்பட்ட
கலாசாரக் கோளாறுகளில் ஒன்றான
ஜாதகம் பார்த்தலில்
சோதிடப் பொருத்தங்கள்
இரு வீட்டையும்
திருப்திப் படுத்தியிருந்தது
எங்களுக்கு ஒருவகையில்
வசதியாகப் போனதால்
நாங்கள் காதலிக்க
சிறப்பு அனுமதிப் பெற்றிருந்தோம்!
அந்தத் திமிரில் அமைந்தது தான்
அவள் அன்றைய தினம் என் தங்கைக்குத்
திருமணத் தோழியாக
வரவைக்கப் பட்டிருந்தது கூட!

பயணக் களைப்பின் அயர்ச்சி
அவளை இன்னும் அழகாகக்
காட்டியது எனக்கு!
அவர்கள் இருவரையும் அழைத்து வர
நானும் அப்பாவும் வந்திருந்தோம்!
அவளை மட்டும் என்னுடன்
இருசக்கர வாகனத்தில் அழைத்துச் செல்ல விரும்பி
கண்களில் அவளைக் கேட்டுப் பார்த்தேன்!
அவள் நாணத்தில் தவித்துப் போவதை
நான் அவளறியாது ரசித்துக்
கொண்டிருந்தேன்!
தங்கையை தந்தை இட்டுச் செல்ல
நானோ என் "அவளை"த் தனியாக
என் வண்டியில் கூட்டிச் செல்ல
ஆசிர்வதிக்கப்பட்டேன்!
அந்த சிறப்பு அனுமதியில்

அப்பாவிற்குப் பெரிதாக உடன்பாடில்லை
என நன்கறிந்து இருந்தேன்!

எங்களது முதல் பயணம்,
ஒரு காதலர் தினத்தில் அரங்கேறுகிறது!
தங்கை, தாய் அல்லாது
மற்றொரு பெண்ணை
முதன் முதலாக
அவ்வளவு அருகாமையில்
வைத்தக் கொண்டுப் போனது
நெஞ்சில் இன்னும் பசுமரத்தாணி போல்
பதிந்துப் போயிருக்கிறது!
எங்களுக்குள் நெருக்கமாய்
ஒரு சிறு இடைவெளியை
ஏற்படுத்தி அதில் வெட்கச் சுவாசத்தை
விருப்பமாய் நிரப்பிக் கொண்டு
என் பின்னே என் முயல் குட்டி
பய்யமாய், பாந்தமாய், சாந்தமாய்
என்னைக் கொல்லாமல்
கொல்லும் காந்தமாய்
அமர்ந்து வந்து கொண்டிருக்கிறாள்!

காதலர் தினம்!
பெங்களூர் குளிர்!
பனிப் புகை மண்டலம்!
அருகில் என் பிரியமானத் தோழி!
"இதற்குத் தானே
ஆசைப்பட்டாய் பாலகுமாரா" என் நான்!
எங்கள் ஸ்பரிசங்களின் தொடுதல்
என்பது அவ்வப்போது
விபத்தாய் சாலைகளின்
மேடு பள்ளங்களின் புண்ணியத்தால்

நடைபெற்றுக் கொண்டிருக்க
எனக்கோ வழக்கமாக
வந்து போயிக் கொண்டிருந்த
வழிகள் மறந்துப் போயிக் கொண்டிருந்தது!
இறுதியில் வீடு வந்து சேர்வதற்குள்
அவ்வளவுப் பனியிலும்
வியர்த்து இருந்தோம்!
அந்தக் கன்னியின்
"கன்னி"த் தொடுகை,
எங்களுக்குள் அன்றைய தினம்
ஒரு இரசாயணப் புரிதலை
விதைத்து விட்டுச்
சென்றதாகவே இருவரும் புரியாமல்
புரிந்துகொண்டோம்!

அன்று விதைக்கப்பட்ட விதையின்
முளையாய், செடியாய், கொடியாய்,
மரமாய், பூவாய், காயாய்
மற்றும் கனியாய்
இன்னும் பலவாய் நாங்கள்
மீண்டும் மீண்டும்
இந்த இருபது வருடங்களில்
காதலை அறுவடை செய்து
மீண்டும் மீண்டும்
விதைத்துக் கொண்டே வந்துள்ளோம்!
இனி வரும் காலங்களிலும்
இது தொடரும்!

இனிது இனிது காதல் இனிது!
இதைப் புரிந்துக் கொண்டால்
இனிது இனிது வாழ்க்கை இனிது!
உங்களுடன் உங்களுக்காகவே

வாழ்ந்து வருகிற
காதல் மனைவியை விடாது
காதல் செய்து பழகுங்கள்!

தினம் தினம் காதலர் தினங்களைக்
கொண்டாடி மகிழுங்கள்!

இனிய காதலர் தின வாழ்த்துக்கள்!

# 6. ஏலே மக்கா

"ஆச்சிக்கு வயது 97 நடக்கிறது!
இப்பொழுதெல்லாம் அவர்களுக்கு முன்பு
போல முடிவதில்லை!
கண்கள் ஒத்துத்துழைத்தாலும் காதுகள்...?
அடிக்கடி "சிவ சிவா"வைத் தவிர
வாயும் அதிகம் வார்த்தைகளை
உதிர்ப்பதில்லை!
அவர்களால் முடிந்தால்
அழைத்து செல்லுங்கள்!"
மாமா சென்ற திங்கள்
சொன்னது இன்னமும்
என் காதுகளில்
ஒலிக்கத் தான் செய்கிறது!
இருந்தாலும் பிடிவாதமாய் வீட்டிற்கு
கூட்டிக் கொண்டு வந்தேன்!
அப்போது தெரியாது இதுவே ஆச்சியின்
இறுதி வருகை என்று...!

என் வீட்டில் அவர்கள் கடைசியாக
இருந்து சென்ற
அந்த இரெண்டு நாட்களில்
அவர்கள் நின்றதும், நடந்ததும்,
பேசிய ஓரிரு சொற்களும்
பசுமையாய் ஞாபகத்தில்
இன்னும் இருக்கிறது!

தலையில் பொடுகோ அல்லது பேனோ
அவர்களை அதிகம் படுத்தி இருக்க
வேண்டும்,
"கோலம் இங்கே கொஞ்சம்
தலையைப் பாரு"
அரை ஜீவனாய் தன் மகள் பெயர்
சொல்லி அவர்கள் ஒலிக்க,
நெற்றிச் சுருக்கங்களை இறுக்கமாய்
பற்றிக் கொண்டிருக்கும் விபூதி,
விடாமல் தலையை சொறிவதால்
சற்றே கொஞ்சம் மங்கித் தெரிந்தது!

ஆச்சி ஒரு வைராக்கிய பெண்மணி!
தெற்கில் குமரி மாவட்டத்தில்
பிறந்ததனாலோ என்னவோ
குமரி அன்னையின் பெயர் "பகவதி"
என்பது அவர்களுக்கு நாமகரணம்
செய்யப் பட்டிருக்க வேண்டும்!
வீ கே புரம் மற்றும் பாபநாசம் ஊர்களில்
அவர்கள் அந்த காலங்களில்
தன்னைக் கரம் பிடித்த
இல்லறத் துணையோடு
மானசீகமாய் காதல் வாழ்க்கை
வாழ்ந்திருக்க வேண்டும்!
அந்த உன்னதக் காதலுக்கு
தெய்வசாட்சியாய்
மொத்தம் பத்துப் பிள்ளைகள்!

கணவன் அருகாமைத்
தொழிற்சாலைக்கு சென்று
கொணர்ந்து வரும் சொற்ப வருமானத்தை
வைத்துக் கொண்டு

வீட்டில் குழந்தைகளை
குறிப்பாக பெண்பிள்ளைகளை
தோளிலும் மாரிலும் மாறி மாறி
தூக்கி வளர்த்து அவர்களை
கரை சேர்ப்பது என்றால்...?
கணவனை பல வருடங்களுருக்கு
முன்பே இழந்த போதிலும்
மக்கள்மாரை அரவணைத்து வாழத் தெரிந்து,
தான் என்றும் மற்றவர்களுக்கு
சுமையாய் ஆகிவிடக் கூடாதபடி
இயன்றவரை தன்னால் ஆன உதவிகளை
நித்தமும் செய்து கொண்டு
சோர்வு என்பதை
என்றும் கண்டறியா குணவதி!

அளவான உணவுப் பழக்கமுறை,
அளவில்லா தெய்வ நம்பிக்கை,
இருக்கும் இடம்தெரியா சாந்தம்,
வீட்டிற்கு யார் வந்து புறப்பட்டாலும்
வாசலையும் தாண்டி வந்து
வழியனுப்பும் பாங்கு,
இன்னும் இப்படி
எத்தனையோ நற்குணங்கள்
ஒன்றா இரெண்டா
சொல்லிக்கொன்டே போகலாம்!
கண்டிப்பாக அவர்கள்
ஒரு வைராக்கிய பெண்மணிதான்!

இறப்பதற்கு மூன்று மணிநேரம்
முன்பு வரை முழுமையாய் இயங்கி
வந்த அந்த ஜீவன்,
ஒரு நூற்றாண்டை

இன்னும் மூன்றே வருடங்களில்
கண்டு கொண்டிருக்க வேண்டிய
அந்த ஆத்மா,
போதும் என விடைபெற்றுக் கொண்டு
இதோ மூன்று வாரம் ஆகிவிட்டது!

மூன்று தினங்களுக்கு முன்பு
ஆச்சி கடைசியாய் வாழ்ந்த வீடாம்
எனது மனைவியின் தாய் வீட்டிற்கு
செல்ல நேர்ந்தது!
வழக்கத்துக்கு மாறாக
ஒரு அமானுஷ்ய அமைதி
பரவலாய் அங்கு இருப்பதை
மறுப்பதற்கில்லை!
கலகலப்பாய் இருப்பவர்கள் மட்டுமல்ல
அமைதியாய் இருந்தவர்கள் இல்லாமல்
போனால் கூட
வீட்டில் ஒரு குறையாய்த்தான் தெரிந்தது!
எப்பொழுது வீட்டிற்கு சென்றாலும்
அவர்களது அறையிலிருந்து கொண்டு
மெதுவாய் பரிவோடு எட்டிப் பார்த்து
"மனோ வரலியாப்போ "
என பாசமாய் வாஞ்சையாய்
கேட்கும் அந்த மாசற்றத் தாயைத் தேடி
தோற்றுப் போனேன்!

இனி அவர்கள் வர மாட்டார்கள்
என்பதை ஜீரணித்துக் கொள்ள
முடியாமல் தொண்டை அடைத்தது!
"மக்கா மக்கா" வென
ஒலித்துக் கொண்டிருந்த
அந்த அறை முழுவதையும்

ஒரு வெறுமை எனைப் பார்த்து
"ஏலே மக்கா, இனி ஆச்சியைப் பார்ப்பது
எப்போது மக்கா? "
என கேட்பது போலிருந்தது!

எப்படியும் வாழலாம் என
வாழும் உலகத்தில்
இப்படித்தான் வாழ வேண்டும் என
ஒரு நூற்றாண்டு வாழ்க்கையை
எவ்வித ஆர்ப்பாட்டமும் இன்றி
வாழ்ந்து கடந்து போன
அவர்கள் நம்மிடையே
இன்று இல்லாது போனாலும்
அவர்கள் நமக்கு இட்டுச் சென்ற
செய்திகள் கணக்கிலடங்கா!

ஆச்சி எனும் மூன்றெழுத்து
என்றும் நம்மில் நிதர்சனமாய் தங்க,
எல்லாம் வல்ல
அவர்கள் போற்றித் தொழுத
அந்த சிவன் அருள்புரியட்டும்!

# 7. ஆளூா

கணபதியாப்பிள்ளை
என் அம்மா வழி தாத்தாவின் பெயர்!
நாங்கள் செல்லமாக
"ஆளூா" என்றே அழைப்போம்!
80 களிலிருந்து
அவரது இறுதி மூச்சு இருக்கும்வரை
ஆளூா எங்களுடன்
எங்கள் வீட்டிலேயே தங்க வேண்டிய
சூழ்நிலை அவருக்கு ஏற்பட்டது!
அவர் எங்களுடன் இருந்த
அந்த பத்து வருடங்கள்
எங்களால் அவ்வளவு
சுலபமாய் மறக்க இயலாது!

நெடு நெடுவென உயரம்!
இருட்டுக் கறுப்பு நிறம்!
வெள்ளை வேட்டி வெள்ளை ஜிப்பா!
எந்த நேரமும் கைவிரலில் சிகரெட்!
அதன் சாம்பலை தட்டுவதற்கு
அலுமினிய ஆஷ் டிரே!
லொக்கு லொக்கு என இருமல்!
பச்சை பச்சையாய் சளி
என்று ஒரு அபூர்வ கலவைதான் ஆளூா

24 மணி நேரமும்
"பிள்ளையாரப்பா, ஸ்ரீ ராமஜெயம்" என

இறைவன் நாமத்தையோ
அல்லது "தனலக்ஷ்மி தனலக்ஷ்மி "
என இறந்துபோன மனைவியின் பெயரையோ
முணுமுணுத்துக் கொண்டே இருப்பார்!
அம்மாவிற்கு ஏதோ தன்னால் ஆன
உதவிகளை செய்து கொண்டிருப்பார்!
எங்கள் பாடப் புத்தகங்களுக்கு
அட்டை போட்டுக் கொடுப்பார்;
காய்ந்த துணிமணிகளை
அழகாய் மடித்து வைப்பார்!
தினமும் மாலை மலைக்கோட்டையை
சுற்றி வருவார்;
கருப்பண்ண சாமி,
மாணிக்க விநாயகர் சன்னதி,
சங்கடம் தீர்க்கும் விநாயகர்,
தெப்பக்குளம் ஆஞ்சநேயர்
வானப்பட்டறை மாரியம்மன் கோவில்
என ஒரு கணக்கு வைத்திருப்பார்!
வேஷ்டியின் ஒரு முனையை
கைகளின் இடையில்
பிடித்துக் கொண்டே நடப்பார்!

ஒரு நாளின் பல சமயங்களில்
மனைவியை நினைத்துக் கொண்டே
கண்களில் கண்ணீர் வழிய
விட்டுக் கொண்டிருப்பார்!
அவரது உள்ளங்கைகள் மயிலிறகு
போல் மென்மையாய் இருக்கும்!
தமிழில் பண்டிதர், ஆனால்
ஆங்கில பாண்டித்தியமும் உண்டு!
காவல் அலுவலகத்தில்
மேலாளர் பதவி வகித்தவர்!

கையெழுத்து கண்களில்
ஒத்திக் கொள்ளும்படி இருக்கும்!
மாதம் தவறாது
தன் மனைவியின் சமாதிக்கு
மிதிவண்டியில் சென்று வருவார்!
பிரதி மாதம்
அவருக்கு பென்ஷன் வரும்!
அதனை வாங்கச்
செல்லும்போதெல்லாம்
எங்களுக்குப் பிடித்தமான
இனிப்புகளையும் வாங்கி வருவார்!
தையல் கடை தாத்தா, சின்னா
சித்தப்பா, எத்திராஜ் அக்கா
என சில பெயர்கள்
அவர் பலமுறை உச்சரித்தது
மிகப் பிரபலம்...!

அப்பாவுக்கு கோபம் வரும்
போதெல்லாம் எங்களை குறிப்பாக
'என்னை' அவரிடமிருந்து
காப்பாற்ற ஆஞாவின் தயவு எனக்கு
பெரிதும் உதவிற்று எனலாம்!
அம்மா எப்பொழுதும் எங்களுக்காக
ஓடி ஓடி வேலை பார்ப்பதை
காணப் பொறுக்காமல்
"எப்பம்மா உனக்கு
விடிவு காலம் பிறக்கும்?" என
அங்கலாய்த்துக் கொண்டே இருப்பார்!

முழுவதும் இயங்கி கொண்டிருந்தவர்
திடீரென ஒருநாள் மதிய உணவு
முடிந்ததும் நாற்காலியில்

சற்று ஆசுவாசமாய் அமர்ந்தவர்
அடுத்த சில மணித் துளிகளில்
தன இஷ்ட தெய்வமான
மலைக்கோட்டை பிள்ளையாரை
நோக்கியபடியே
இறுதி மூச்சை விட்டார்!
யாருக்கும் எவருக்கும்
ஒரு சிறு உயிருக்கும்
தீங்கு நினைத்திராத
அவரது நல்ல உள்ளத்திற்கு
மரணமும் அவர் விரும்பியபடியே வந்தது!

சிறு பிள்ளைகளாய் இருக்கும் பொழுது
வீட்டிற்கு ஒரு பெரியவர் கூட இருப்பதும்
அவரை நாம் பார்த்துக் கொள்ளுவதும்
நம்மை அவர் பார்த்துக் கொள்ளுவதும்
அவர் சொல்லி கதைகள் கேட்பதுவும்
அவர் அருகாமை தரும் தைரியமும்
ஒவ்வொருவரும் கண்டிப்பாக
அனுபவிக்க வேண்டிய ஒன்று!

அவர் பற்றிய இந்த பதிவை
எழுதியதன் மூலம்
அவர்தம் நினைவுகளில்
மூழ்கிப் போனதில்
இன்னும் சிறு பையனாகவே
இருந்து கொண்டு
வாயார "ஆளூ, ஆளூ" என்று
அழைத்துக் கொண்டு
இருக்க மாட்டோமா என்று
ஏங்கியபடியே முடிக்கின்றேன்!

# 8. அபியும் நானும்

அபி என் உடன் பிறவா சகோதரி...! அபியைப் பற்றி நினைவுகூற ஒரு கால் நூற்றாண்டாவது நான் பின்னோக்கிச் செல்ல வேண்டும், பரவாயில்லை! அபிக்காக செல்லலாம்!

அப்போது நாங்கள் திருச்சியில் வாழ்ந்து வந்தோம்! அபியை நான் முதன் முதலில் பார்த்தது. இன்னும் எனக்குள் பிரகாசமாய்...!

அவளது தந்தையும், எனது தந்தையின் உயர் அதிகாரியுமான "திரு. சங்கரன்" சார், அவரது மனைவியும், கனரா வங்கி ஊழியருமான "திருமதி. மீனாகூஷி" அவர்கள், "சத்ய நாராயணன்" எனும் "சதீஷ்" - அவர்களது செல்ல மகன், "நிரஞ்சனா" எனும் "அபி" - ஒரு குட்டி தேவதை...! என அந்த பிராமணக் குடும்பம் குடியேறியிருந்த வீடு, திருச்சியில் தெப்பகுளம் பார்த்த மாதிரி ஒரு அக்ரஹாரத்தில், அந்தப் பகுதியின் அதீத விசாலமானதும் மிகப் பெரிய மொட்டைமாடியினைக் கொண்டதுமாகமாய் பிரமாண்டமாகத் அப்பொழுது தெரிந்தது!

அங்கே தான் முதன் முதலாய் அபியும் சதீஷும் எனக்கு அறிமுகமானார்கள். சதீஷ் பரம சாது! அபியோ மகா வாலு! தெற்றுப்பல், பெரிய விழிகள், செம கலர், கொழுக் மொழுக் என ரகளையாய் இருப்பாள்! அடிக்கடி செல்லச் சண்டைகள் போடுவாள்! பொய்யாய் அழுவாள்! துரு துருவென எப்போதும் எதையாவது தேடிக் கொண்டே இருப்பாள்! கிடைக்காவிட்டால் கத்துவாள்! பருப்புப் பொடியும், தயிரும் அவளுக்கு உயிர்! பள்ளி விட்டு வந்ததும் எல்லாவற்றையும் ஒரு கை பார்ப்பாள்! காமிக்ஸ் விரும்பி படிப்பாள்! பாடங்களை தலைகீழாய் ஒப்பிப்பாள்!

அப்போது அவளுக்கு வயது ஆறு அல்லது ஏழு இருந்திருக்கலாம்! என் தங்கை படித்த ஆர் சி பள்ளியில் தான் அவளையும் சேர்த்து விட்டனர் அவளது பெற்றோர்! அவளுக்கும் சதீஷுக்கும், அவர்களது வீட்டிற்கும் நான் அங்கீகரிக்கப்பட்ட மெய்க்காப்பாளன்! இருவரையும் பள்ளி சென்று விடுவது, மறுபடியும் திரும்ப அழைத்து வருவது! மீனாக்ஷி அக்கா (அபியின் தாயை நான் அக்கா என்றே அழைப்பேன்) வங்கியிலிருந்து வரும்வரை அவர்கள் வீட்டில் இருந்து, வந்ததும் குழந்தைகளை ஒப்படைத்து விட்டு வருவது என சில வருடங்கள் ஓடிற்று!

அக்காவிற்கு என்பால் ஒரு தனிப் பற்று! என் கொள்கைகளின் நியாயங்களைச் சரியாகப் புரிந்து கொள்வார்! தவறுகள் இருப்பின் என்னை உரிமையுடன் திருத்துவார்! வீட்டின் அருகிலிருந்த வங்கியில் பணிபுரியும் பொழுது நாங்கள் செல்லும் பொழுதெல்லாம் எங்கள் சம்மந்தப்பட்ட அலுவல்களை சடுதியில் முடித்துக் கொடுப்பார்! கருணையின் உருவாய், எளிமையின் இலக்கணமாய் இருப்பார்! வீட்டில் பலகாரங்கள் செய்யும் பொழுதெல்லாம் எனக்குத்தான் முதலில் தருவார்!

அபியின் தந்தை சங்கரன் சார்! ஒரு அலாதியான குணம் கொண்டவர்! பொறுமையின் சிகரம்! தான் உண்டு, தன் புத்தகங்கள் உண்டு என இருக்கும் இடம் தெரியாமல் இருப்பார்! பெரிதாய் ஒரு ராகத்துடன் சிரிப்பார்! குழந்தை போல் களங்கமில்லா மனிதர்! தனக்கு அல்சர் என்பதனால் உணவுப் பழக்க வழக்கங்களில் மிகுந்த கவனமாய் இருப்பார்! சமயங்களில் உணவில் எல்லை மீறுவார்! அதற்காக ரொம்பவும் வருத்தப்படுவார்! அகலமாய் கண்ணாடியும், கைனடிக் ஹோண்டா வண்டியும் அவரை கண்முன் கொண்டுவந்து நிறுத்துகிறது!

அபியின் தமையன் சதீஷ் குழந்தை மனம் கொண்டவன்! கேள்விகள் கேட்டுத் தள்ளுவான்! சமர்த்தாய் பாடங்கள் படிப்பான்! அதி புத்திசாலி! அதனாலோ என்னவோ மற்றவர்கள் அவனை சரியாகப் புரிந்துகொள்ளவில்லை! அபியுடன்

பயங்கரமாய் சம்பாசனைகளில் ஈடுபடுவான்! ஏறக்குறைய எல்லா தர்க்கங்களிலும் அபியே ஜெயிப்பாள்! அதனை பெருந்தன்மையாய் விட்டுக் கொடுப்பான்! சத்யா சத்யாவென அவன் தாய் அவனை செல்லமாய் கொஞ்சுவார்கள்! அவரைப் பொருத்தவரை இப்பவும் அவருக்கும் எங்களுக்கும் இன்னும் அவன் ஒரு குழந்தை தான்!

அவளது தாயின் தந்தை திரு. நாராயணன் பிராமணராய் இருந்தாலும் நாத்திகம் பேசுவார். திண்டுக்கல்லில் கம்யூனிசம் சகோதரர்கள் மத்தியில் பிரபலம்! திருச்சி வரும் பொழுதெல்லாம் நானும் அவரும் உலக விசயங்களை அலசுவோம்! ஆங்கிலத்தில் மெத்தத் தெளிந்தவர்! ஹிந்து பத்திரிக்கைகளில் எடிட்டோரியல் எழுதுவார்! என்னை அவருக்கு ரொம்பப் பிடிக்கும்! ஒருமுறை சபரி மலை செல்லும் பொழுது அவரையும் அழைத்துக் கொண்டு போனோம்! யாத்திரையின் நடுவில் அவரது பர்ஸ் நழுவிப் போனது! "இறைவனின் சோதனை" எனப் பக்குவப் பட்டுக் கொண்டார் அந்த நாத்திகவாதி! பின்னாட்களில் முழுமையாய் இறைவன்பால் பக்தி பரவசமானார் என்பதெல்லாம் வேறு கதை!

1995 ஆம் ஆண்டு நாங்கள் சென்னைக்கு மாறிய பிறகு அவர்களுடன் இருந்தத் தொடர்பு கொஞ்சம் கொஞ்சமாய் விட்டுப் போனது! தொலைபேசியில் அவ்வப்போது பேசுவதோடு சரி! சில வருடங்கள் கழித்து நாங்கள் சென்னையிலிருந்து பெங்களூர் மாறியதும் ஒரு முறை கோரமங்களாவில் "அபி"யை பார்த்தேன்! அப்போது அவள் குமரியாயிருந்தாள்! திருச்சி ஆர் ஈ சி - கல்லூரியில் படித்து முடித்து விட்டு, தற்போது இன்போசிஸ் கம்பெனியில் பணிபுரிந்து வருவதாகச் சொன்னாள்! மலைத்துப் போனேன்!

சில வருடங்கள் கழித்து மீனாக்ஷி அக்கா தொலைபேசியில் அழைத்து அபிக்கு திருமணம் சென்னையில் என்றார்கள்!

நாங்கள் அனைவரும் சென்று வந்தோம்! அபி மணப்பெண் கோலத்தில் இருந்தாள்! மாப்பிள்ளை அட்டகாசமாய் இருந்தார்! அபிக்காகப் பெருமைப் பட்டேன்! திருமணம் முடிந்ததும் அமெரிக்காவிலேயே "செட்டில்" ஆகிவிடுவர் எனக் கேள்விப் பட்டேன்! காலம் ஓடிற்று! இதோ மீண்டும் முகநூலில் அபி! இணையம் எங்களை மீண்டும் இணைத்து வைத்திருக்கிறது!

அபிக்கு இப்போது ஒரு குட்டி பையன் இருக்கிறான்! எங்கோ பல்லாயிரம் மைல்களுக்கப்பால் அவர்கள் இருந்தாலும், அபியைப் பார்த்து பல வருடங்கள் ஆனாலும், அவளைப் பற்றி அசைபோட எத்தனையோ நினைவுகள்! எல்லாமும் நேற்று நடந்தது போலிருக்கிறது! காலம் தான் சாட்சியம்!

அபி ஒருமுறை அழைப்பாயா?

உன் அண்ணனுடன் மீண்டும் உரையாடுவாயா?

# பயணக் குறிப்புகள்

# 1. நீங்குமோ காரை மாநகரின் நினைவுகள்

அப்போது எனக்கு ஆறு அல்லது ஏழு வயது இருக்கும். நாங்கள் எல்லாம் காரைக்குடியில் வசித்து வந்தோம். அப்பா நகராட்சிப் பொறியாளராக வேலை பார்த்து வந்தார். நகரத்தார் வாழும் ஊரென்பதால் திரும்பிய பக்கமெல்லாம் செட்டியார் வீடுகள், அரண்மனைகள் போல் கம்பீரமாய் வீதி எங்குமிருக்கும்.

எங்கள் வீடும் அப்படிப்பட்ட இரு அரண்மனைகளுக்கு இடையே, ஒரு மினி பங்களா போல இருந்ததாக ஞாபகம். கொப்புடையம்மன் கோவில், குஞ்சு கிருஷ்ணன் பிள்ளை வீடு, நடராஜா தியேட்டர், மேலவூரணி, LFRC school என சொல்லிக் கொண்டே போகலாம். அப்பா ஒரு பச்சைக் கலர் லாம்ப்ரடா ஸ்கூட்டர் வைத்திருந்தார். எங்கள் நாலு பேரையும் எப்போவாவது ஒரு முறை அதில் உக்கார வைத்துக் கொண்டு, சினிமாவுக்கு கூட்டிப் போவார். அப்படியொரு முறை நாங்கள் எல்லோரும் அதில் பயணித்தபோது, அம்மா சேலை சக்கரத்தில் மாட்டி கீழே விழுந்து கைகளில் சிராய்ப்பு, ரத்தம் வழிய வழிய, என்னுடைய சினிமா கனவு தகர்ந்து போனது. நான் இரவு முழுதும் அழுது கொண்டிருந்தது இன்னும் நினைவில் பசுமையாய்...

எங்கள் அடுத்த வீட்டில் எப்போதும் ஒரு கொலுசுச் சத்தமும், கலகலவென சிரிப்பொலியும், மல்லிகை வாசமுமென கவிதையாய் ஒரு சூழல் நிலவும். எங்கள் வீட்டின் கொல்லைப்புறமும், அவர்கள் வீட்டின் பின்வாசலும் ஒரு சந்தின் மூலம் ஒன்று சேரும். சந்தின் கடைசியில் ஒரு சிறு கிணறும் உண்டு. ஆனால் அதில் தண்ணீரைப் பார்த்ததாய் ஞாபகமில்லை.

அந்த வீட்டில், லக்ஷ்மி அக்கா, லக்ஷ்மி அக்காவென்று ஒரு அக்கா பட்டுத் தாவணியும், தங்க வளையல்களும், தங்கக் கொலுசுமென நிறைவாய் எப்போதும் புன்னைகையோடு கைகளில் குமுதம், விகடன் சகிதம் வளைய வருவார்கள். அம்மாவுடன், வாசற்படியில் அமர்ந்து ஊர்க்கதை பேசுவார்கள். 'மணிகண்டு', 'மணிகண்டு' என்று வாசமாய் அழைப்பார்கள்.

அவர்கள் குமுதம் படிப்பதைப் பார்ப்பதே ஒரு அழகு. "அந்த மாதிரியான" விசயங்களை படிக்கும் போது, குமுதம் அவர்கள் நெஞ்சருகில், சொற்ப தூரத்தில் இருக்கும். அவர்கள் வெட்கப்படும் போது, வெளிப்படும் சிரிப்பு வேறு வகையில் இருக்கும்!

மதிய வேளைகளில், எல்லோரும் அயர்ந்து தூங்கும் போது, அக்கா என்னை மடியில் கிடத்தி, என் தலையை கோதிக்கொண்டே, குமுதம் படிப்பார்கள்! நான் அப்படியே தூங்கிப் போய்விடுவேன். எழுந்திருக்கும் போது, அம்மாவும், அக்காவும் சேர்ந்து பூக்கட்டிக்கொண்டிருப்பர்கள். அக்காவின் கைகளில் இருக்கும் மல்லிகை வாசமும், அவர்களது அருகாமை சுவாசமும் இன்னும் எனக்குள் எங்கோ ஓரிடத்தில் தங்கியிருக்கவே செய்கிறது!

அதற்கப்புறம் என் வாழ்க்கையில் எத்தனையோ பெண்களை சந்தித்திருந்தாலும், என்னை ஏதோ ஒரு வகையில் பாதித்த லக்ஷ்மி அக்கா, என்னுள் இன்னும் சிம்மாசனம் போட்டு அமர்ந்து இருக்கத்தான் செய்கிறார்கள். அவர்களுக்கு என்னைவிட வயது பதின்மூன்று கூடுதலாய் இருந்தாலும், அன்றைய இளம் வயதில், கன்னி ஒருத்தியின் சிநேகம், என்னில் கவிதையாய் இன்னும் வருடி கொடுப்பதிலுள்ள சுகம், எத்தனை வருடங்கள் ஆனாலும் இன்னும் நீங்கா நினைவுகளாயிருக்கும்.

நீங்குமோ காரை மாநகரின் நினைவுகள்???

# 2. ஆதலின் காதல் செய்வீர்

மறுநாள் அதிகாலை
மூன்று மணிக்கெல்லாம்
விமான நிலையம் புறப்பட வேண்டும்!
எதையும் மறக்காமல்,
துலக்குவதற்கு பிரஷிலிருந்து,
குளிருக்கு ஸ்வெட்டர் வரை,
சார்ஜரிலிருந்து அமிர்தாஞ்சன் வரை!
எதுவும் விட்டுப் போகாமல்,
ஒரு அவசர கதியில்
நானும் மனோவும்
செயல்பட்டுக் கொண்டிருக்க,
தனியாக விளையாடிக் கொண்டிருந்த
மகன் அகிலனின் அழுகுரல் திடீரென்று
கேட்கவும்,விழுந்து அடித்துக் கொண்டு
பால்கனி சென்று பார்க்கையில்,
அவனது இடது புருவத்துக்கு மேலிருந்து
இரத்தம் பீரிட்டு வழிந்து கொண்டிருந்தது!
ஒரு கணம் மனதில் எல்லாம் வாஷ் அவுட்
ஆன மாதிரி ஒரு பிளாஷ் வந்து சென்றது!

யோசிக்க அவகாசம் இன்றி,
அவனை தூக்கிக்கொண்டு
இசபெல் மருத்துவமனை ஓடினோம்!
நேரம் இரவு மணி எட்டு!
டிரெஸ்ஸிங் முடிந்ததும்,
அநேகமாக தையல் போட

வேண்டியிருக்லாம் என்று இருக்கையில்,
எமெர்ஜென்சி மருத்துவர், ஒரு ஸ்டிக்கர்
டேப் ஒட்டினால் போதுமானது;
டி டி இன்ஜெக்சன் போட்டு கொள்ளட்டும்
என்றதும்,நெஞ்சில் லேசாக,
மறுநாள் தில்லி செல்வோம் என்று பட்சி
சொன்னது போலிருந்தது!
இது எதுவுமே நடக்காதது போல் அகிலன்
நார்மலாக இருக்க,மனோவோ துயரத்தின்
உச்சியில் துவண்டு போய்,
அழுது கொண்டிருந்தாள்! நானும் தான்!
ஆனால் எனதோ ஆனந்த கண்ணீர் (ஹி ஹி)

சாமம் இரண்டு மணிக்கெல்லாம் எழுந்து,
கிளம்பி,புதிதாய் வாங்கிய இரண்டு காபின்
சூட்கேசுக்குள், கொண்டு செல்வதை
எல்லாம் நிரப்பிக் கொண்டு!
டாக்சி வந்ததும், மீனம்பாக்கம் புறப்பட்டோம்!

விமானப் பயணம்
அகிலனுக்கும் மனோவுக்கும் இதுவே முதல் முறை!
போர்டிங் பாஸ் வாங்கி கொண்டு,
செக்யூரிடி செக்-இன் முடிந்ததும்,
அந்த வளாகத்தில், சென்று அமர்ந்தோம்!
சீக்கிரமே முழித்ததால்,
வயிறு பசித்தது! லாபி உணவு ஜாயிண்டில்,
ஆளுக்கு ரெண்டு இட்லி சாப்பிட்டோம்!
போர்டிங் செய்ய அழைப்பு வந்தது!
ட்ரான்சிட் பேருந்தில், விமானம் நோக்கி
செல்ல ஆயத்தமாக,
அகிலன் " என்னப்பா ஒவ்வொரு ப்ளைட்டும்
பிசாசு சைசில் இருக்கு" என்றான்!

இதோ, இன்னும் சிறிது நேரத்தில்,
என் நெடுநாள் கனவு நிறைவேறப்போகிறது!
நான் மட்டுமே உணர்ந்திருந்த
அனுபவத்தை,
என் பிள்ளைக்கும் மனைவிக்கும்
கிடைக்கச் செய்யப் போகிறேன் எனும் பேரானந்தம்
என்னை வேறு ஒரு தளத்திற்கு
அழைத்துச் சென்றது!

"கோ ஏர்" A 320 ரக விமானம்,
ஒரு திமிங்கலம் போல
அந்த அகன்ற பிரதேசத்தில்,
இரு
வாயில்களையும் திறந்தபடி,
எங்களை உள்வாங்கிக் கொள்ள ஏதுவாக
நின்று கொண்டிருந்தது!
அவர்களிருவரின் கண்களிலும் மின்னலாய்
அந்த நொடிப் பொழுதில் வந்து சென்ற
பிரமிப்பை நான் உணராமல் இல்லை!
அந்த உணர்வுக்கு ஈடு இணை இல்லை!

விமானப் பணிப்பெண்களின் வழக்கமான
நடைமுறைகளைக் கடந்து,
அந்த அலுமினியப் பறவை
பறக்கத் துவங்க ஆயத்தமாக,
அதனுடன் சேர்ந்து என் பலநாள் கனவும்
ஜிவ்வென மேலே எழுந்ததாய் உணர்ந்தேன்!

பறக்க ஆரம்பித்த சில மணித் துளிகளின்
உற்சாகம் அடங்கும் முன்பு
மகன் அகிலன் முகம்
சற்றே துவளத் துவங்க

எனக்கு அடிவயிறு கலங்க ஆரம்பித்தது!
திடீரென வாந்தி எடுத்தான்!
முன்தினம் பட்ட அடி,
அதற்காக போடப்பட்ட
டி டி இன்ஜெக்சனின் வேதனை,
நடு இரவு முழிப்பு,
அதிகாலை விமானப் பயணம்,
என ஒரு கலவையாக,
அவனது இந்த நிலைமைக்கு என்னால்
அர்த்தம் புரிந்து கொள்ள முடிந்தாலும்
இப்போது வேதனையெல்லாம்
பாவம் அவனுக்குத் தானே எனும்பொழுது
"ஐயோ" என்று இருந்தது!
மும்பையில் இறங்கி,
சிறு அவகாசத்திற்குள் தில்லி புறப்படும்
விமானத்திற்கு மாற வேண்டியிருந்தது!
மும்பையில் மழைத் தூறிக் கொண்டிருந்தது!

சென்னையில் பணிக்கர் டிராவல்ஸில்
தில்லி சுற்றுப் பயணத்திற்கு
டிக்கெட்ஸ் புக் செய்யும் பொது
அந்த அலுவலர் "ஜூலை,
ஆகஸ்ட் பருவ மழை நேரம்,
மழை கண்டிப்பாக பெய்யும்"
என்று சொன்னது, உண்மையாகி விடும்
போலத் தோன்றியது! மனதுக்குள் எழுந்த
வீண் கவலையை மறைத்துக் கொண்டு,
தில்லி விமானம் ஏறினோம்!

தில்லி இறங்கும் முன்பு,
அந்த ஒரு சில நிமிடத் துளிகள்!
வார்த்தைகளில் சொல்லிட முடியாதது!

தலை நகரை அதன் தலை மேல்
இருந்து பார்த்தது அப்படியோர் அழகு!
நல்ல வேளையாக மழை இல்லை!
வருண பகவானுக்கு
ஒரு பெரிய நமஸ்காரம் போட்டுக் கொண்டு,
ஏர்போர்ட்டிற்கு வெளியே வந்தோம்!

மணி காலை பத்து பத்து!
ப்ரீ பெய்ட் டாக்சி கவுண்டர் சென்று,
"கரோல் பாக்" என்று சொல்லி
டோக்கன் வாங்கி,
டாக்சி நிறுத்தம் வந்தோம்!
ஒரு அழுக்கு ஆம்னி வந்தது!
ஏறிக் கொண்டோம்!
எனக்குத் தெரிந்த ஹிந்தியில்,
டிரைவர் நண்பரிடம், பேச்சுக் கொடுத்தேன்!
" வர்ஷா நஹி ஹே" என்று
மழை இல்லயா?? என்பதை
கேட்டுப் பார்த்தேன்! அவர் என்
ஹிந்தி உச்சரிப்பைக் கேட்டு
ஒரு கேவலப் பார்வைப் பார்த்தார்!

காரின் பின்னிருக்கையில்
அமர்ந்திருந்த அகிலன்
முகம் வாடிப் போயிருந்தது!
வியர்த்துக் கொட்டியது அவனுக்கு!
மறுபடியும் வண்டியிலேயே
வாந்தி எடுத்தான்!

தில்லி டிராபிக் பயங்கரமாக இருந்தது!
கிட்டத் தட்ட 45 நிமிடங்கள் கழித்து,
ஹோட்டல் வந்து சேர்ந்தோம்!

HOTEL GRAND PARK INN - கரோல் பாகின்
மையப் பகுதியினில் இருக்கும்
ஒரு அழகிய மூன்று ஸ்டார் ஹோட்டல்!
"செக்கின்" செய்ததும், ரூமுக்கு சென்று
அகிலனை படுக்க வைத்தோம்!
அசந்து தூங்க ஆரம்பித்தான்!
நான் கீழே சென்று ஒரு சாத்துக்குடி ஜூஸ்
வாங்கி வந்து கொடுத்தேன்!
சரியாக ஒரு மூன்று மணி
நேரத் தூக்கத்திற்குப் பிறகு
நார்மலாகத் துவங்கினான்!
எழுந்து நடக்க சற்றே சிரமப் பட்டாலும்,
முயன்றான்! தெளிவாகத் தெரிந்தான்.
கடவுளுக்கு நன்றி சொன்னோம்!
அன்றைய தினம் வேறு எந்த
ப்ரோக்ராமும் இல்லாதிருந்தது
ஒருவகையில் நல்லதாகப் பட்டது!

மாலை, அருகில் இருக்கும்
ஜாண்டேவாலன் எனும் மெட்ரோ ரயில்
நிலையம் சென்று
ஒரு மெட்ரோ பயணம் மேற்கொண்டோம்.
முழுவதும் ஏசி செய்யப் பட்ட வண்டி!
அடுத்த நிறுத்தம் பற்றிய
அறிவிப்பு அழகாக
ஆங்கிலத்திலும் ஹிந்தியிலும் வருகிறது!
உள்ளே ஏறும் போதும்
வெளியே இறங்கும் போதும்
பயணிகள் கியூவில் நின்றே செல்கிறார்கள்!
ஒரு கணம் "கிண்டி ஸ்டேசன்
"ஞாபகத்திற்கு வந்து சென்றது!

நம்மூரில் கியூவா? கிலோ என்ன விலை?
என்று கேட்பது உரைத்தது!


நாங்கள் இருந்த ஹோட்டலுக்கு
வெகு அருகாமையில்,பணிக்கர் ட்ராவல்
பிக் அப் பாயிண்ட்டும் இருந்தது!
இல்லை இல்லை, பணிக்கர் ட்ராவல்ஸ்
அருகில் இருக்கும் ஹோட்டல் தான்
வசதியாக இருக்கும் என முன் கூட்டியே
முடிவு செய்திருந்தால்,
இப்போது நடக்கும் தூரத்தில்,
அவர்களின் அலுவலகம் இருக்கவும்
சந்தோசமாக இருந்தது!


மறுநாள் காலை, முதல் பயணம்!
தில்லி லோக்கல் சுற்று!
Qutib minar, Lotus Temple, Birla Mandir, Indira
Gandhi Memorial,
Theen Murthi Bavan, Raj Ghat,
Shakti Sthal, Veer Bhoomi,
Delhi Haat, India Gate, Rashtrapathi Bhavan,
Parliment, Prime Minister's office
and Red Fort இன்னும் பலவும்
சுற்றி வந்தோம்!
தில்லி சாலைகள் அவ்வளவு அழகு!
இரு புறங்களிலும் நேர்த்தியாக
செதுக்கப்பட்டிருக்கும் சோலைகள்!
சுத்தமான வீதிகள் என, பார்க்கும்
இடமெல்லாம், தலை நகருக்கே இருக்கும்
மிடுக்கு தெரிந்தது!
நிறைவான மனதுடன், லோக்கல் பயணம்

முடித்துக் கொண்டு,
இரவு ரூம் திரும்பினோம்!

மறு நாள், பகல் வேளையில்,
வாடகைக்கு ஒரு ஆட்டோவை
அமர்த்திக் கொண்டு,
மீண்டும் ஒரு முறை,
Rashtrapathi Bavan, Parliament Building and
Prime Minister's office சென்று வந்தேன்!
வரும் வழியில் ஷாப்பிங்கும் செய்தோம்!
அன்றைய தினம், இரவு
எங்களது இரண்டாவது சுற்றுப் பயணம்
Rishikesh and Haridwar செல்வதற்கு
தயார் ஆனோம்!

பணிக்கர் ட்ராவல்ஸின் அழகிய
வால்வோ பேருந்தில் சுகமாய் பயணம்!
நடு இரவில், ஒரு டாபாவில்
நிறுத்தினார்கள்! விடியற்காலை 3.30 மணிக்கெல்லாம்
ரிஷிகேஷ் வந்து சேர்ந்தோம்!

ரிஷிகேஷ் - கயிலாயத்தின் முதல் அடி!
கங்கை பெருக்கெடுத்து
கரை புரண்டு ஓடிற்று!
"லக்ஷ்மன் ஜூலா" எனும்
தொங்கு பாலத்திலிருந்து
கங்கையை பார்த்தால்
அதன் அழகேத் தனி!
வடக்கத்திய கலாச்சாரம்
ஏகோபித்தமாய் அந்த பிரதேசத்தில்
வியாபித்திருந்தாலும்

அதிலும் ஒரு மகோன்னதப் புனிதம்
இருப்பதாகவே எனக்குத் தோன்றிற்று!


ராமேஷ்வர் சுவாமியை தரிசனம் செய்தோம்!
ச்சொட்டி வாலா - வில் காலை பலகாரம்!
சுவாமி சிவானந்தா ஆஷ்ரமம்,
ராமன் ஜூலா இன்னும் சில சிறு சிறு கோவில்கள்
முடித்துக் கொண்டு,
ஹரித்வார் புறப்பட்டோம்!
வழியில் ஒன்பது சிவலிங்கமும் ஒரே இடத்தில் சங்கமித்து
இருக்கும் இடம்
சென்று வழிபட்டோம்!
அரசு ஹேண்டி கிராப்ட் கடையில்,
ருத்ராக்ஷ மாலை வாங்கினோம்!
ஹரித்வார் - கங்கை மீண்டும்
அதி அற்புதமாய் பொங்கி
வழிந்துக் கொண்டு
ஓடி வரும் அழகு, கண் கொள்ளாக்
காட்சியாக இருந்தது!
"கங்காஸ்நானம்" செய்தோம்!
மலை உச்சியில் இருக்கும்,
மானசா தேவி கோவிலுக்கு
Rope Car - இல் சென்றோம்!
கோவிலின் மேலிருந்து கங்கையைப்
பார்த்தால்,ஏறக்குறைய கயிலாயம் சென்று,
அங்கிருந்து சிவனின் தலையிலிருந்து
பொங்கி வருவது போலிருக்கும்!
மலையின் கீழ் இறங்கியதும்
ஒரு சிறிய விடுதியில், வடக்கத்திய
மதிய உணவை
முடித்துக் கொண்டு மீண்டும்

தில்லி கிளம்பினோம்!
இரவு, கரோல் பாகில்,
ரமா கபேயில் தோசை சாபிட்டோம்!

ரூமில், மறுநாள் விடிகாலை ஆக்ரா பயணம் செல்ல, அலாரம்
வைத்து விட்டு,
அயர்ந்து தூங்கி போனோம்!
அதிகாலை, எழுந்து கிளம்பி,
வெளியில் வர முற்பட,
மனோ சற்றே தூக்கலான மேக்கப் உடன்,
செருப்பை அணியச் செல்ல முனைகையில்
"தான்" இன்னும் "நைட் பாண்டுடன்"
இருப்பதை அறிந்து நொந்து போனாள்!

சரியாக காலை ஆறு மணிக்கு
ஆக்ரா பயணம்!
முதலில், ஆக்ரா போர்ட் பார்த்தோம்!
முகலாய கட்டிட கலையின் ஆளுமை
ஒவ்வொரு கல்லிலும் தெரிந்தது!
இங்கு தான், ஷாஜஹானை,
அரண்மனைக் காவலில்
அவன் மகன் அவுரங்கசீப்
வைத்திருந்ததாகவும்,
தான் தன் காதலி மும்தாஜுக்காக
யமுனை ஆற்றின் கரையோரம் கட்டிய
"தாஜ் மஹாலை", இறக்கும் வரை
மன்னன் ஷாஜஹான்
இந்த கோட்டையிலிருந்தே பார்த்து கழித்து
வந்ததாகவும் சொல்கிறார்கள்!
இங்கிருந்து தாஜ் மஹால்
வெறும் ஒரு கிலோமீட்டர் தான் என்றாலும்,
அதன் அழகு தனித்துவமாய் தெரிந்தது!

மதிய உணவிற்குப் பிறகு, ஆக்ராவில்
சிறிய ஷாப்பிங் முடித்துக் கொண்டு,
தாஜ் மஹால் நோக்கி சென்றோம்!
ஒரு குறிப்பிட்ட தூரத்திற்கு அப்பால்
பாட்டரியால் இயங்கும் வண்டியில்
தான் செல்ல வேண்டும்!
மஹாலை நெருங்க நெருங்க,
வானமோ, மப்பும் மந்தாரமுமாக இருந்தது!
மழை கொட்டப் போகும் அத்தனை
அறிகுறிகளும் ஆர்பாட்டமாய்த் தெரிந்தன!

நுழைவு வாயிலைக் கடந்து,
அதன் பிரகாரத்தில் இருந்த படி,
இது வரை
புகைப்படங்களிலும், திரைப்படங்களிலும்
பார்த்துப் பார்த்து பிரமித்த
தாஜ் மஹாலை முதன் முறையாக,
நேரிடையாக,
கண்களுக்கு நேராய் பார்த்தேன்!
அந்த ஒரு நொடிப் பொழுதில்,
என்னுள் பயணித்த
பல்லாயிரம் கோடி மின்னல்களின்
மின்சார பிரவேசத்தை
என்னவென்று சொல்வது!
என் பிறப்பின் நோக்கம்
நிறைவேறியதாக உணர்ந்தேன்!
இன்றளவும், உலக அதிசியங்களில்
ஒன்றாய், அசைக்க முடியாதபடி
தாஜ் மஹால் இருக்குமேயானால்,
அதற்கான அர்த்தம் புரிந்தது!
நுழைவு மண்டபம் தாண்டி வெளியே வந்து,
மஹாலின் முன்புறமிருக்கும்

தோட்டத்து பாதையினைக் கடந்து தான்,
தாஜ் மஹாலின் பிரதான பீடத்துக்கு
வர முடியும்!
இறங்கி நடக்க முற்படுகையில்,
வந்ததே ஒரு பெரு மழை!
என் வாழ்க்கையில் அப்படியொரு
ராட்சச மழையை சத்தியமாக
நான் பார்த்ததே இல்லை!
கொட்டி தள்ளியது அந்த பேய் மழை!
இருந்தாலும், நாங்கள் அசரவே இல்லை!
முற்றிலுமாக, ஆனந்தமாக நனைந்தோம்!

மஹாலின் வசீகரம் ஒரு புறம்!
மழையின் வசீகரம் மற்றொரு புறம்!
இவ்விரண்டு அழகுக் குவியலில்
மொத்தமாய் மெய் மறந்து போனோம்!
கொட்டும் மழையினையும்
பொருட்படுத்தாது
குறைந்தது நூறு புகைபடங்களாவது
எடுத்துத் தள்ளியிருப்பேன்!
எந்த பக்கம்,
எந்த கோணத்திலிருந்து பார்த்தாலும்,
அதன் தாக்கம் நம்மை விடுவதாயில்லை!

தாஜ் மஹால் - பிரபஞ்சத்தினில்
என்றென்றும் சாகா வரம் பெற்று வாழும்!
அந்த இடத்தை விட்டு வருவதற்கு
மனசே இல்லாமல்,
கிளம்பி வந்தோம்! வரும் வழியெல்லாம்
அதன் நினைவு என்னை ஏதோ
அமானுஷ்யமாக வசியம் செய்து வந்தது
என்பது தான் உண்மை!

காதல் எனும் ஒரு ஒற்றைச் சொல்,
அங்கே தான் உயிருடன்
இருப்பதாய் உணர்ந்தேன்!
என்னைப் பொறுத்தவரை,
காதலுக்கு மரியாதை செய்யும்,
அல்லது செய்யத் துடிக்கும்
ஒவ்வொருவருக்கும்,
அந்த ஜீவ சமாதி, ஒரு கலைக் கோயில்!

மனோவை, நான் முதல் முதலாய்,
பெங்களுருவில் சந்தித்த,
அந்த தருணம் தொட்டு, இன்று வரை
எங்களை பிணைத்து வைத்திருக்கும்
அந்த மாயசக்தியே காதல்!
என் காதல் பாசாங்கு இல்லாதது!
பொய் உரைக்காதது!
அந்த காதலின் பரிசாக
எங்களுக்கு கிடைக்கப் பெற்றிருக்கும்
மகன் அகிலனோடு, தாஜ் மஹால்
சென்று வந்தது கூட,
அந்த காதல் செய்யும் மாயம் தான்!
காதல் எதுவும் செய்யத் தூண்டும்!
காதல் எதையும் சாதிக்கத் தூண்டும்!
காதல் மகத்துவமானது!
ஆதலின் காதல் செய்வீர்!
எங்கும் சந்தோசம் பொங்கச் செய்வீர்!

# 3. அம்பாசமு(ரி)த்திரம்

சொர்க்கம் எங்கே என்று தேடி செல்வது, அம்பாசமுத்திரம் செல்லாதவர்கள் செய்யும் வேலை! நெல்லை மாவட்டத்தில் ஊர்ப்பெண்டுகள் "அம்பை" என்று செல்லமாக சொல்லக்கேட்கையில், வரும் சுகமே ஒரு அலாதி!

வானுயர்ந்த சோலைகளும், தாமிரபரணி ஆற்றின் சலசலப்பும், ஆங்கிலேயர்களின் அழகிய இரும்புப் பாலங்களும், இயற்கையின் எழில் கொஞ்சும் இயல்புடன், எங்கு திரும்பினாலும் பச்சை பசேலென, கம்பளம் விரித்தாற்போல் வயல்வெளிகளும், மரங்களின் அடர்த்தியும், சொரிமுத்தையன் கோவிலும், வீ கே புரமும், அகஸ்தியர் அருவியும், பாபநாசம் சிவன் சன்னதியும், இன்னும் சிலவும், விட்டுபோனப் பலவும், மனதில் அழியாமல் ஒட்டிகொண்டுவிடக்கூடிய விஷயங்கள்!

நகரத்து அவசரங்கள் புளித்து போகும் போது, நாகரிகத் தேடல்கள் முடிவிலிகளாய் மாறும் போது, நம் சந்ததிகள் சுபிக்ஷம் பெற, கடவுளின் அனுக்ரஹம் கிடைக்காமல் போனாலும் பரவாயில்லை!

அம்பாசமுத்திரம் சென்று வாருங்கள்! அது ஒரு இயற்கையின் அக்ஷயபாத்திரம்!

# 4. மறக்க இயலா விநாயகர் சதுர்த்தி

இந்த இடுகையை நான் இன்றைய அதிகாலை மணி மூன்று முப்பதுக்கு எழுதத் துவங்குகிறேன். அயர்ந்து தூங்கும் என் மனைவியும் மகனும் இந்த விநாயகர் சதுர்த்திக்கு என்னுடன் சென்னையில் இருக்கின்றனர். வருடம் தவறாமல் இந்த பண்டிகை வந்து போனாலும், சற்றேறக்குறைய இருபது வருடங்களுக்கு முன்னால் நாங்கள் எல்லோரும் திருச்சியில் வசித்து வந்த பொழுது வந்த ஒரு விநாயகர் சதுர்த்தியை என்னால் மறக்க இயலாது.

எங்களுக்கு மலைக்கோட்டைக்கு மிக அருகில், தாயுமானவர் சுவாமி கோவிலின் வெளிப் பிரகாரத்தில் அப்போது வீடு இருந்தது. நான் பத்தாம் வகுப்பு படித்து வந்தேன். மறு நாள், பண்டிகை என்றால், முதல் நாள் அதன் தாக்கம் எங்கெங்கும் களைகட்டி இருக்கும்!

காவிரி ஆற்றுப் படுகையிலிருந்து, களிமண் எடுத்து வரப்பட்டு வீதியோரங்களில், சிறிதும் பெரிதுமாக, எல்லா அளவுகளிலும், பிள்ளையார் உருவாகி கொண்டு இருப்பார்! அவருக்கு, யார் அவரை உருவாக்குகிறார்கள் என்றெல்லாம் கவலை கிடையாது. ஒரு பிடி களிமண், யானை முகம், காலில் ஒரு மூஞ்சுறு, கைகளில் மோதகம், எருக்கம்பூ மாலை, அருகம்புல் போதும், பிள்ளையார் ரெடி!

வருடம் முழுமையும் டவுன் ஸ்டேசனுக்கு பின்புறம், சீந்துவாரற்று மண்டி கிடக்கும் எருக்கம்பூவிற்கு, அன்றைய தினம், அப்படி ஒரு மவுசு வரும்! குட்டி பையன்களும், சிறுமிகளும் திடீர் வியாபாரிகளாகி விடுவர்! "அக்கா, அக்கா பூ

வாங்கிக்கக்கா, அண்ணே, அண்ணே பிள்ளையார் வாங்கிக்கிங்க அண்ணே" என்று, வீதிகளில், மழலைப்பட்டாளம் அலைமோதும்! குளிக்காமல் கூட, நெற்றியினில், பட்டை பட்டையை விபூதி பூசிக்கொண்டு, திரிவார்கள்!

அப்படிப்பட்ட குழந்தைகளில், ஒரு குழந்தை அழுக்குச் சட்டையும், மூக்கில் சளியும், கிழிந்த டிரௌசரும், போட்டுக்கொண்டு பிள்ளையார் விற்று கொண்டு இருந்தது. அந்த குழந்தைக்கு தான் எதற்காக பிள்ளையார் விற்கிறோம் என்றெல்லாம் கவலை இருந்ததாக தெரியவில்லை. பிள்ளையாருக்குத் தான் கவலை இருந்ததா? அதுவும் இருந்த மாதிரி தெரியவில்லை. இருந்திருந்தால், ஏன் குழந்தைகளை அவர் அப்படி ஒரு நிலைமைக்கு எடுத்துச் செல்லப் போகிறார்?

அந்தக் குழந்தையின் தாயார், தூரத்தில் இருந்து அதை அழைத்தது, மற்றவர்கள் காதில் விழுந்ததோ இல்லையோ, எனக்கு கன்னத்தில் அறைந்தது மாதிரி இருந்தது!

"தம்பி, முஸ்தபா, பிள்ளையார் விற்றது போதும், கொஞ்சம் சாப்பிட்டு விட்டு போயா" என்பதுதான் அது!

வயிறு பசித்தால், யார் வேண்டுமானாலும் பிள்ளையார் விற்கலாம்! பிள்ளையார் வாங்குவதன் மூலம், ஒருவருடைய பசியாறும் என்றால், பிள்ளையார் சதுர்த்தி நியாயமானதே!

இன்று நான் காலையில் குளித்து விட்டு பிள்ளையார் வாங்க செல்கிறேன்! கடை வீதியில், எனக்காக காத்திருக்கும் முஸ்தபாக்களை சந்திக்க செல்கிறேன்!

பசிக்கு மதம் தெரியாது! மனிதனுக்குத்தான் மதமெல்லாம்! மதம் எனும் மதம் மனிதனை ஆட்டிப்படைக்காதவரை, பசியைப் போக்கும் இனம் எதுவோ, அதுவே உண்மையான மதம்! அந்த மதம், நடத்தும் எல்லா வைபோகங்களும், எனக்கு சதுர்த்திகளே!

என்னால், எனது இளம்பிராயத்தில் நடந்த இந்த விநாயகர் சதுர்த்தியை என்றும் மறக்க இயலாது!

# 5. பசுமையான அந்த பத்து வருடங்கள்

1985 ஆம் ஆண்டு, முதன் முதலில் காரைக்குடியிலிருந்து திருச்சிராப்பள்ளி மாநகருக்கு எங்கள் ஜாகை மாற்றப்பெற்றது! அப்பா, முனிசிபல் பொறியாளராய் இருந்தவர், குடிநீர் வடிகால் வாரியத்துக்கு மாற்றம் பெற்றார்! அப்பாவுக்கு ஒரு பழக்கம். எங்கெல்லாம் அவருக்கு மாற்றல் கிடைக்கிறதோ அங்கெல்லாம் எங்களையும் உடன் கூட்டிக்கொண்டு சென்று விடுவார்! திருச்சி வரும் முன்னர், நான் காரைக்குடி, மார்த்தாண்டம், சென்னை அம்பத்தூர், தேவகோட்டை என்றெல்லாம் சுற்றியிருக்கிறேன்! அப்பாவுக்கு நன்றி! நான் ஒரு கலா ரசிகனாய் இருப்பதற்கு ஒருவேளை இது கூட அச்சாரமாய் இருந்திருக்கலாம்!

திருச்சியில், முதலில் நாங்கள் செக்கடித் தெருவில், பாப்பாக்கா வீட்டு மாடியில், நான்கு புறமும் சுவர், தலைக்கு மேல் மூங்கில் கீற்று கொட்டகை, தகர டின் தடுப்பு குளியல் மற்றும் கழிவறை, மழை வந்தால் ஆங்காங்கே சொட்டும் தண்ணீரை நிரப்ப அலுமினிய பாத்திரங்கள், வெயில் அடித்தால் தரை எங்கும் ஜொலிக்கும் சூரிய வெளிச்ச வைரங்கள் என ஒரு அட்டகாசமான சூழலில் தான் வாழத் துவங்கினோம்! அந்த வீட்டுக்கு வராத நண்பர்களும், உறவினர்களும் இல்லை; அந்த வீட்டில் நடக்காத வைபோகங்கள் இல்லை! சித்தியை பொண்ணு பார்த்தது முதல், பெரியப்பா மகள்களுக்கு பிரசவம் பாத்தது என, எங்கள் குடும்பத்தின் எல்லா பிரதிநிதிகளுக்கும் அந்த வீடு ஒரு வேடந்தாங்கலாய் இருந்ததாய் சொல்வேன்!

என் அப்பாவை பார்க்க எத்தனை பெரிய ஆபிசர்கள் வந்தாலும், அந்த வீட்டில் தான் தடபுடலாய் விருந்தோம்பல் நடக்கும்! மீன்,

கோழி, மட்டன் இல்லாது மெனு கிடையாது! மதியம் சாப்பாடு என்றால், அம்மா காலில் சக்கரம் கட்டிக்கொண்டு, எல்லா வகைகளும் செய்து முடிப்பார்கள். சூப்பில் துவங்கி, மாமிசம், குஸ்கா, தால்சா, வெங்காயப்பச்சடி, பீர்ணி என்று களை கட்டும்! அப்பாவுக்கு மாத வருமானம் அநேகமாய் நாலாயிரம் இருந்திருக்கலாம்! விருந்து சமயங்களில், அம்மாவின் தங்க செயினோ அல்லது வளையலோ அடகு கடை அடிக்கடி சென்று வந்து கொண்டிருக்கும்!

வீட்டில், அதிக பட்ச பொழுதுபோக்கு சாதனம், பாக்கெட் ரேடியோ ஒன்று மட்டுமே! விவிதபாரதியின் வர்த்தக ஒலிபரப்பு, பிரபலம்! கொடிக்கால்பாளையம் ஜான் ஹாஜா நஜமுதீன் என்று ஒரு நேயர், தினசரி தன் விருப்ப பாடல்களை ஒலிபரப்ப சொல்லி கேட்டு மகிழ்வார்! ஞாயிற்றுக்கிழமைகளில் மதியம் ஒலிச்சித்திரம் வரும்! திருவிளையாடல், சரஸ்வதி சபதம், விதி போன்ற படங்களை நான் ரேடியோ மூலம் பார்த்தது அப்போதுதான்!

நான் அப்போது ஆறாம் வகுப்பு படித்து கொண்டிருந்தேன்! என் சக வயதில் பக்கத்து வீட்டில் ஜெயந்தி என்று ஒரு பெண்ணும், எதிர் வீட்டில் சாதனா என்று ஒரு மலையாள குட்டியும் இருந்தனர்! ஜெயந்தி, சாவித்ரி வித்யாசாலா, சாதனா ஹோலி கிராஸ், நான் சென்ஜோசப்! அடிக்கடி நோட்சுகள் மாற்றி கொள்வோம்! பாடம் தவிர மற்ற எல்லா கதைகளும் பேசுவோம்! ஜெயந்திக்கு என் மேல் ஒரு கண்! எனக்கோ சாதனா மேல்!

அன்று ஒரு நாள், சாதனா அவர்கள் வீட்டு வெளிச்சுவரில் சாய்ந்து, அழுது கொண்டிருந்தாள். அவளது அம்மா, உள்ளிருந்து "நோட்டெல்லாம் யாரு யாரு பேரெல்லாம் எழுதி கிறுக்கி ஏன் வச்சிருக்க? என அவளை கடிந்து கொண்டிருந்தார். அவளை பார்க்க எனக்கு சங்கடமாக இருக்கவே, 'சாதனா என்னாச்சு?' என்று கேட்டேன். அவன் ஒன்றுமில்லை என்று தலையசைத்தாள். பத்மா டீச்சர் வீட்டிற்கு நாங்கள் அனைவரும்

ட்யூசன் படிக்க செல்வோம். அன்று மாலை, சாதனா அங்கு வந்த போது, அவளைப் பார்த்து எல்லாம் ஓகேயா? என்று கேட்டேன். அவள் அதற்கு, கண்களை மூடி, சிறு புன்முறுவல் செய்தாள். ட்யூசன் முடிந்து எல்லோரும் கிளம்பி போகும் போது, அவள் பைக்கட்டிலிருந்து, ஒரு நோட்டு தவறுதலாக கீழே விழுந்தது தெரியாமல், அவள் சட்டென்று புறப்பட்டு செல்ல, அவளிடம் நான் அதைக் கொடுத்து விட பின்னால் செல்வதற்குள், அவள் வீடு சென்று மறைந்தாள். இரவில், அவள் மறந்து விட்டுச் சென்ற நோட்டுப்புத்தகத்தை புரட்டி பார்க்கையில், அதன் கடைசி பக்கத்தில், சாதனா - மணிகண்டன் என்று இரண்டு பெயர்களும் ஒன்றன் அடியில் ஒன்றாக எழுதப்பட்டு, ஒவ்வொரு எழுத்தாக அடிக்கப்பட்டு இருந்தது. எனக்கு ஒன்னும் புரியவில்லை. மறுநாள், காலையில் முதல் வேலையாக அவளைப் பார்த்து அந்த நோட்டை கொடுத்தேன். அவள், வேகமாக என்னிடமிருந்து வாங்கி, அதன் கடைசி பக்கத்தை அவசர அவசரமாக புரட்டிப் பார்த்தாள். பின்பு, உணர்ச்சிகளின் கலவரமாய், என்னைப் பார்த்துக் கேட்டாள், "பார்த்தியா?" எதை என்று வெள்ளந்தியாக கேட்டேன்.

வகுப்பில், நண்பன் ராமகிருஷ்ணன், அவனது நோட்டில், ஒரு பெண்ணின் பெயர் எழுதி, ஒவ்வொரு எழுத்தாக அடித்துப் பார்த்து கொண்டிருந்தான். அவனிடம், இது என்ன விளையாட்டு என்று கேட்டேன். "டேய், இது உனக்குத் தெரியாதா? உனக்கு யாரு பெஸ்ட் ப்ரண்ட் என்று கண்டுபிடிக்கும் கேம் என்றான். எனக்கு, அப்போது தான், எல்லாம் புரிந்தது. ஒருவேளை, சாதனாவிற்கும், என்னை பிடித்து இருக்குமோ?

# 6. தியோசோபிகல் சொசைட்டியில் ஒரு நாள்

நேற்று சென்னை அடையாரில் உள்ள தியோசொபிகல் சொசைட்டிக்கு ஒரு பணி நிமித்தமாகி முதன் முறையாகச் சென்று வந்தேன்! என்னை முற்றிலுமாகத் தொலைத்து வந்தேன்! SEEING IS BELIEVING என்று சொல்வார்கள்! அது 100 சதவிகிதம் உண்மை! நகரச் சந்தடிகளுக்கு நடுவே, பல நூற்றுக்கணக்கான ஏக்கர் பரப்பளவில், இயற்கை, அதன் பொலிவு மாறாமல் ரம்மியமாய் நிரம்பி வழிந்து கொண்டு, எங்கும் மரச் செறிவுகளும், அடர் பசுமைகளும் என அமைதியாய் ஒரு வனச் செழுமை அந்த இடத்தில் வியாபித்து இருந்ததைப் பார்த்து, என்னை முற்றிலுமாகத் தொலைத்து வந்தேன் என்பேன்! சென்னையில் எத்தனையோ இடங்கள் பார்ப்பதற்கு இருப்பினும், இப்படி ஒரு அதிசயமும் உள்ளதை நினைக்கையில் பெருமையாகவும், நிறைவாகவும் இருக்கத்தான் செய்கிறது!

http://www.ts-adyar.org/ - இந்த வலைத்தளம் உங்களை வேறொரு தளத்திற்கு எடுத்து செல்லும் என்பதில் ஐயமில்லை!

THERE IS NO RELIGION HIGHER THAN TRUTH - உண்மை தானே???!!

# 7. சென்னை முதல் தனுஷ்கோடி வரை

இந்த வருடத்தின் துவக்கம் கண்டிப்பாக ஒரு வித்தியாசத் துவக்கமாகவிருக்க வேண்டுமென விரும்பி, எனது நீண்டநாள் பிரார்த்தனையாகிய பழநி பாதயாத்திரைதனை ஆண்டின் முதல்நாள் பழநியில் காலடி படும்படி சென்ற ஆண்டு டிசம்பர் 30 ஆம் தேதிதனில் எனது யாத்திரைதனை துவக்கினேன்! விரும்பியபடி 01.01.2014 அதிகாலை 3.00 மணியளவில் பழனிசென்று அடைந்தேன்! பால தண்டாயுதபாணியை தரிசனம் செய்தேன்!

அதனைத் தொடர்ந்து நகரத்தார் கோவில்கள் ஆகிய பிள்ளையார்பட்டி, அரியக்குடி, குன்றக்குடி திருத்தலங்களுக்கும், செட்டிநாடு நகரங்களாகிய காரைக்குடி மற்றும் தேவகோட்டைக்கும் விஜயம் செய்து, இறுதியாக இராமநாதபுரம், மண்டபம், இராமேஸ்வரம் மற்றும் தனுஷ்கோடி ஆகிய ஊர்களுக்கும் சென்று வந்தேன்!

ஒவ்வொரு ஊரிலும், ஒவ்வொரு இடத்திலும், ஒவ்வொரு ஞாபகம்! பலப் பல அனுபவம்! நகரத்தாரின் கட்டிட கலை நுணுக்கங்கள் என்ன; இராமேஸ்வர பாலத்தின் பிரமிப்பு என்ன; தனுஷ்கோடி கிராமத்தின் ஆறா வடுக்கள் என்ன என்ன…! காரைக்குடியில் நான் படித்த பள்ளியை பார்த்த போது ஒரு இனம் புரியா ஈரம் கண்களில் பனித்தது! நாங்கள் வாழ்ந்த வீட்டின் முகப்பில் நின்ற போது நாற்பது ஆண்டுகள் முந்தய என் சேட்டைகளும் அம்மாவின் கத்தல்களும் சத்தமாய் ஒலித்தது! அண்ணன் பாரதியின் பள்ளித் தோழன் சரவணனின் இன்றைய நிலைமையை அறியும் பொழுது நெஞ்சில் எங்கோ வலித்தது!

வாழ்க்கை ஓடிக் கொண்டே தான் இருக்கிறது! ஆனால், என்றும் நீங்கா நினைவுகளாய் பயணங்கள் கடந்து கொண்டே தான் இருக்கின்றன! இருப்பவன் இல்லாது போவதும் இல்லாதவன் உச்சத்துக்கு வருவதும் காலம் நமக்கு கத்துக் கொடுத்துக் கொண்டே இருக்கும் பாடங்களே!

எதற்காக அழுவது? எதற்காக சிரிப்பது? என்றெல்லாம் காலம் நம்மிடையே கேள்விகள் கேட்பதில்லை! அது கடந்தது கடந்தது தான்! வாருங்கள் ஓடுவோம்! இந்தப் பயணம் முடியும் மட்டும்!

1964-இல் அன்றொரு நாள் தனுஷ்கோடியில் பசிக்கு அழுதிருந்த குழந்தைக்கு தெரிந்திருக்கவா போகிறது??? தன்னையும், தன் தாயையும், இன்னும் 1200 மனிதர்களையும், ஒரு ஆழிப் பேரலை விழுங்கிக் கொள்ளப் போகிறது என்று?? இந்த பதிவு, மாண்டு போன என் தனுஷ்கோடி தொப்புள் கொடியல்லா உறவுகளுக்கு சமர்ப்பணம்!

# 8. அந்த ஏழு நாட்கள்

## முதல் நாள்:

அதிகாலை 3 மணிக்கெல்லாம் புறப்பட்டு விடலாம் அம்பைக்கு என முன்கூட்டியே திட்டமிருந்ததால் வழக்கத்துக்கு மாறாகத் தூக்கம் வர மறுத்தது! ஒரு மணிக்கெல்லாம் விழித்துக் கொண்டு புறப்பட ஆயத்தமானேன்! மனோ, என் சத்தங்களின் இடையூற்றில் லேசாக அரைத் தூக்கக் கலக்கத்தோடு நடுநிசியில் பிசாசு போல் நடமாடும் என்னை அசிங்கமாய்ப் பார்த்தாள்! கலைந்தக் கூந்தலும் வெற்று நெற்றியுமாய் அழகான இராட்சஷியாய் தெரிந்தாள்!

சபரி எஸ்டேட் சென்று மாமாவையும் கலாவையும் உடன் அழைத்துக் கொண்டு சென்னையிலிருந்து அம்பை நோக்கி வெர்னா காரில் ஒரு வழியாக கிளம்பினோம்! வழியில் பெரம்பலூர் தாண்டி ஆர்யா உணவு விடுதியில் அமோகமாய் காலைச் சாப்பாடு! இலவச கேசரியும், ஏழு வகை "தொட்டுக்க" வகையறாக்களும் இன்னமும் நாவில் சுவைத் தெரிகிறது! மதியம் 12:30 மணியளவில் அம்பாசமுத்திரம் ஊர் வாயிலைத் தொட்டதும் ஏதோ ஒரு பரவசமும் கூடவே வந்து ஒட்டிக் கொண்டது!

மதிய உணவை சந்திரா வீட்டில் முடித்துக் கொண்டு அகிலனையும், சபரீசையும் அழைத்துக் கொண்டு குமார் வீட்டுக் கொல்லைப் புறத்தில் கொட்டிக் கிடக்கும் இயற்கையின் கொள்ளை அழகைக் காணச் சென்றேன்! பச்சைக் கம்பளமாம் வயல் வெளிகளைக் கடந்து கரை புரண்டோடும் தாமிரபரணியின் சலசலப்பை ஒட்டுக் கேட்க ஒற்றை ரயில் பாலம் கடந்து சென்றேன்! சற்றுத் தொலைவில் ரயிலொன்றின் சைரன் சப்தம்

கேட்டதும் சற்றே உற்சாகம் அடைந்தேன்! என் உற்சாகம் வீண் போகவில்லை! விரைவு ரயில் ஒன்று வெகு அருகில் என்னைக் கடந்து போகும் நொடிப் பொழுதுகளை கைபேசி காமிராவில் தக்கவைத்துக் கொண்டேன்! "தடக் தடக்" சப்தம் இன்னும் என்னில் ஒலித்துக் கொண்டிருக்கத்தான் செய்கிறது! மாலை குமார் படித்த பள்ளி வளாக மைதானம் சென்று ஆசை தீர வியர்வை புரள கிரிக்கெட் விளையாடி வந்தோம்!

## இரண்டாம் நாள்:

அதிகாலை முதல் வேலையாக அருகிலிருக்கும் அகஸ்தியர் அருவி நோக்கிப் பயணித்தோம்! மேற்குத் தொடர்ச்சி மலைகளின் பெய்த மழையின் உக்கிரம் அருவியில் வெள்ளைக் கம்பிக் கற்றைகளாய் கொட்டியது! பரிபூரண ஆனந்தக் குளியல்! கழுத்தும், பிடரியும், தோளும், முதுகும் நீர்வசமாகி விட வெள்ளை தேவதைகளின் கொஞ்சல் அறைகளை சந்தோசமாய் வாங்கிக் கொண்டோம்! கிளம்ப மனசில்லாமல் கிளம்பினோம்! குளித்ததும் எடுத்த நல்ல பசியை வீ கே புரம் ரெட்டை பெஞ்ச் குட்டி ஓட்டல் அன்புடன் கவனித்துக் கொண்டது! வீடு திரும்பினோம்!

மறுநாள் சபரிமலை யாத்திரைப் பற்றி விவாதித்தோம்! குமாரும் மாமாவும் இருமுடி சாமான்கள் வாங்கச் செல்ல, நானும் குழந்தைகளும் அருகிலிருக்கும் கோவில் பிரகாரத்தில் "கிரிக்கெட்" விளையாடச் சென்றோம்! மாலை குருசாமியைச் சந்தித்து உரையாடினோம்!

## மூன்றாம் நாள்:

புனித யாத்திரை செல்லவிருப்பதால் வாகனச் சுத்தத்தின் அவசியம் கருதி அதிகாலையிலே சங்கரன் கோவிலைத் தொட்டு ஓடும் ஆற்றங்கரைச் சென்று கழுவி, நாங்களும் திவ்ய சினானம் செய்து வந்தோம்! நெய்த் தேங்காய் தயார் செய்து,

அருகிலிருக்கும் விநாயகர் கோவிலில் வைத்து இருமுடிகளைக் கட்டிக் கொண்டு மலைக்கு நண்பகல் புறப்பட்டுச் சென்றோம்!

செல்லும் வழியில் எல்லை காவல் தெய்வங்களுக்கெல்லாம் தேங்காய் உடைத்து வழிபட்டு, இடையில் புளியரை தக்சிணாமூர்த்தி கோவில் சுவாமி தரிசனம் பார்த்து விட்டு மாலை 5:15 மணியளவில் பம்பை வந்தடைந்தோம்!

ஆற்றின் கரையருகில் வெர்னாவிற்கு இடம் கிடைத்தது! பம்பையில் வழக்கத்துக்கு மாறாக வெகு குறைவாகவே சுவாமிமார்கள் கூட்டம்! புனித பம்பையில் நீராடி விட்டு 6:30 மணியளவில் மலையேறத் துவங்கினோம்! குமார் பம்பையினிலேயே தங்க ஆயத்தமானார்! இரண்டு மணி நேரம் மலையில் வெறும் காலுடன் பயணம்! அய்யன் ஐயப்பனின் நாமம் சொல்லிக் கொண்டே நீலி மலை, அப்பாச்சி மேடு, சரங்குத்தி கடந்து 8:30 மணியளவில் சந்நிதானம் வந்தடைந்தோம்! மிகச் சிலரே பதினெட்டாம் படியனில் ஏறிக் கொண்டிருக்கும் காட்சி கண்டதும் எல்லையிலா ஆனந்தம் கொண்டு படிக் காய் உடைத்து ஒவ்வொரு படியாய் முத்தமிட்டு மேல் தளத்தில் சுற்றி வந்து ஐயனை அதி விரைவில் நெருங்கிச் செல்ல ஹரி ஹர சுதன் ஆனந்த சித்தன் அய்யன் ஐயப்பன் ராஜ அலங்காரத்தில் ஜீவ சாட்சியாய் உயிரோட்டமாய் காட்சி தந்தான்! கண்களில் ஆனந்தக் கண்ணீர் பெருக்கெடுக்க அவனை வழி பட்டு ஜென்மப் பயனடைந்தோம்! பிற்பாடு மஞ்சள் மாதாவையும் தொழுது விட்டு, விடுதி ஒன்றில் அறை எடுத்துத் தங்கினோம்! இருமுடிகளைப் பிரித்து அபிசேக நெய்யை ஒன்று சேர்த்து வைத்தோம்! பயணக் களைப்பில் அயர்ந்துத் தூங்கிப் போனோம்!

## நான்காம் நாள்:

விடிகாலை எழுந்து தயாராகி நெய் அபிசேகம் முடித்து மீண்டும் மஞ்சள் மாதா வலம் வந்து பன்னீர் தெளித்து சுற்றி வந்ததும்

ஒரு கூட்டம் தனியாய் முண்டியடித்துக் கொள்ள பரிச்சயமான முகம் ஒன்று அருகில் கடந்து சென்றது! அது, கேரள நடிகர் மோகன்லால்!

அகில பாரத அய்யப்ப சேவா சங்க அன்னதானம் முடித்து மணி 7:30க் கீழே இறங்கத் துவங்கினோம்! 90 நிமிடங்களில் பம்பை வந்தடைந்தோம்! அய்யப்பனுக்கு நன்றிகூறி விட்டு உடன் புறப்பட்டோம்! வரும் வழியில், ஆரியங்காவு கோவில் சென்றோம்! பலாப் பழம் விளையும் இடத்தில் ஒரு முழுப் பழம் வாங்கி வந்தோம்! மதி உணவிற்கே வீடு வந்து சேர்ந்தோம்! விரத துளசி மாலை கழட்டி 15 நாள் வளர் தாடி மழித்து மீண்டும் ஆசாமியாகிப் போனேன்! அகிலனோ, "அப்பா உங்களுக்கு தாடியே பொருத்தமாய் இருக்கிறது" என்றான்!

முந்தைய நாள் சாப்பிட்ட பஜ்ஜி மற்றும் பரோட்டா ஒத்துக் கொள்ளாமல் வயிறு வலி என அகிலன் சொன்னதும் டாக்டர் ஆனந்த ஜோதியிடம் அழைத்துச் சென்று ஊசி போட்டு வந்தேன்! ரதீசுக்கும் உடல் சரியில்லை என்றதும் மறு நாள் துவக்கவிருந்த மூன்று நாள் சுற்றுப் பயணத்தை ரத்து செய்தோம்!

## ஐந்தாம் நாள்:

மாமா, கலா மற்றும் மனோவுடன் மட்டும் நாகர்கோவில், மார்த்தாண்டம் செல்ல முடிவெடுத்து வெர்னாவில் கிளம்பிச் சென்றோம்! மதிய உணவு மார்த்தாண்டம் ஹோட்டல் சித்ரா! தென்னிந்திய உணவு விடுதியில் வடக்கத்து தாளி உண்டோம்! மார்த்தாண்டம்...! என் இளம் பிராயத்தின் 8 மற்றும் 9 ஆம் அகவைகளில் நாங்கள் வசித்த அழகிய சின்னஞ் சிற்றூர்! அப்பா நகராட்சி பொறியாளர்! நான் அரசு மேல் நிலைப் பள்ளியில் 4 ஆவது மற்றும் 5 ஆம் வகுப்புகள் படித்து வந்தேன்! பள்ளியின் மைதானத்தின் சுற்றுப் புறச் சுவரிலிருந்து எட்டிப் பார்த்தால் எங்கள் வீடு தெரியும்! அது ஒரு டாக்டரின் வீடு! வீடுகளில் 13 அறைகள் இருந்ததாய் ஞாபகம்!

ஊரின் துவக்கத்தில் பெரிய கற்களால் கட்டப்பட்ட CSI சர்ச் ஒன்று உண்டு! 30 வருடங்களுக்குப் பிறகு அதை மீண்டும் பார்க்கிறேன் எனும் வியப்பு மேலிட என்னையே கிள்ளிப் பார்த்துக் கொண்டேன்! அதன் கம்பீரம் சற்றும் குலையாமல் அப்படியே இருந்தது! அதைத் தொடர்ந்து நாங்கள் வசித்த வீட்டின் முகப்பை நினைவு கொணர்ந்து கண்டு பிடித்தேன்! நல்ல வேளை அது இன்னும் இடி படாமல் அப்படியே இருந்தது! தற் சமயம் YWCA வாடகைக்கு இருக்கிறது! வாசல் வந்து, கதவைத் தட்டி வார்டனிடம் விவரம் சொல்ல முற்பட்டு அந்த பெண்மணியின் பிடிவாதத்தில் தோற்றுப் போனேன்! உள் செல்ல அனுமதி மறுக்கப் பெற்றாலும் மனைவி மனோவிற்கு அதன் உட்புற அமைப்பைப் பற்றி விளக்கி விட்டு, பிரிய மனசில்லாமல், அங்கிருந்து புறப்பட்டேன்!

வெட்டுவென்னி சாஸ்தா கோவில் சென்றோம்! கோவில் அற்புதமாய் புதுப்பிக்கப் பட்டிருந்தது! குழந்தைகள் நலன் கருதி வெடி வழிபாடு செய்தோம்!

இறுதியாய் சப்பாத்து (sub-path) சென்று பார்த்தேன்! வழக்கம் போல் ஆற்றில் தண்ணீர் ஆர்பரித்துச் செல்ல, சப்பாத்தில் மக்கள், கால்களின் இடுக்குகளில் நீர் அலசிச் செல்லும்படியாய் நடந்து சென்றனர்! அந்த ஊரின் ஒவ்வொரு தெருவும் என்னுடன் கூடவே பேசிக் கொண்டு வந்ததாய் உணர்ந்தேன்! மனசில் ஒராயிரம் எண்ண ஓட்டங்களுடன் கிளம்பி வந்தேன்!

மாலையில் நாகர்கோவிலில் இருக்கும் மனோவின் மூத்த மாமா வீடு சென்று சமீபத்தில் பூப்பெய்திருக்கும் சிறுமி ஹரிணியைப் பார்த்து நலப் பரிவர்த்தனை செய்து கொண்டோம்! அந்த அழகிய சிறுமகள் மெல்லிய வெட்கத்துடன் முகம் புதைத்து தங்கையுடன் "carom board" விளையாடிக் கொண்டிருந்தாள்! ஒரு புதிய அத்தியாயம் அதன் விழிகளில் பிரகாசித்தது! வாழ்த்து சொல்லி இரவு அம்பை வந்தடைந்தோம்! வரும் வழி முழுக்க "கலை"யோ, என் வாழ்வில் மனோ வந்த கதையை சுவையாய்

சொல்லி வந்தாள்! 12 வருடங்கள் முன்னோக்கிச் சென்று வந்தேன்! மனோவின் வெட்கம் காரின் உட்புற கண்ணாடியில் தெரிந்தது!

## ஆறாம் நாள்:

முன் கூடியே ஏற்பாடு செய்திருந்த வேனில் அனைவரும் ஒருங்கே கிளம்பி பத்மநாபபுரம் அரண்மனை, மாத்தூர் தொட்டி பாலம் மற்றும் திருப்பரப்பு அருவி என குமரி மாவட்டத்தின் முக்கிய மூன்று தலங்களுக்குச் சென்றோம்! கன்னியாகுமரி கடலின் மேல் சூழ்ந்திருந்த வெப்பச் சலனம் பெரு மழையை பயணம் முழுமையும் எங்களுக்காக வழங்கிக் கொண்டிருந்தது! முதலாவதாக சென்றது, மனோவின் பெற்றோர் திருமணம் நடைபெற்ற குமார கோவில்! அழகிய கற்கோவில்! பின், அரண்மனை சென்றோம்! கேரள நாட்டு மார்த்தாண்ட வர்மனின் கலாரசனை அந்த பிரதேசம் முழுமையும் ஆக்ரமித்திருந்தது! "மணிச்சித்திரதாழ்" மற்றும் "வருஷம் 16" திரைப்படக் காட்சிகள் வந்து சென்றன! அதனைத் தொடர்ந்து பரளி ஆற்றின் குறுக்கே கட்டப்பட்டுள்ள தெற்காசிய கண்டத்திலேயே மிகவும் உயரமானதுமான மாத்தூர் தொட்டிப்பாலம் சென்றோம்! ஒரு முனையில் தொடங்கி மறு முனையில் இறங்கி மறுபடியும் ஆற்றைக் கடந்து மீண்டும் படிகள் ஏறி பாலம் அடைவது ஒரு அனுபவமாய் இருந்தது! பாலமும் அதன் சுற்றுச் சூழலும் மிரட்டின என்பதே உண்மை! கடைசியாக திருபரப்பு அருவி வந்து சேர்ந்தோம்! வெள்ளம் ஆர்ப்பாட்டமாய் பாய்ந்தோடி பயமுறுத்தியது! வயிற்றில் லேசாகப் புளியைக் கரைத்தது!

வரும் வழியில் கௌரிஷங்கர் ஓட்டல் நுழைந்து மோசமான அணுகுமுறை கண்டு வெகுண்டு சினம்கொண்டு வெளியேறி பிற்பாடு நாகர்கோவில் பார்வதிபுரம் ஓட்டலில் பசியாற்றிக் கொண்டோம்!

## ஏழாம் நாள்:

முதல் நாள் பயணக் களைப்பில் அயர்ந்து தூங்கி மெதுவாய் முழித்து பின் ஆற்றுக்குச் சென்று வெகு நேரம் குளித்து வந்தோம்! குழந்தைகளுடன் நான் மட்டும் சென்று பள்ளி மைதானத்தில் கிரிக்கெட் விளையாடி வந்தேன்! மதியத்துக்கு கோழி பிரியாணியும் வருவலும் காத்திருந்தது! உண்டு களித்து பின் மாலை என் பங்கிற்கு பாசந்தி சுவீட் செய்தேன்! மட்டிப் பழமும், அன்னாசிப் பழமும் என எல்லா வகைப் பழங்களையும் ஒரு பிடிபிடித்தோம்! அடுத்த நாள் சென்னை புறப்பட வேண்டியிருக்கிறதே என்றிருந்தது! ஏக்கத்துடன் தூங்கிப் போனோம்!

நினைவுகள் பொய்யற்றவை! கலப்படம் அறியாதவை! அரிதாரம் பூசாதவை! சாகாவரம் பெற்றவை!

# 9. திருச்சிராப்பள்ளி - சரித்திரம் சொல்லும் பூகோளம்

நான் பிறந்து, தவழ்ந்து, வளர்ந்து, இருந்த மண்! அதன் வாசம், நேசம், தாக்கம், இல்லமல் நான் இல்லை! அதனைப் பற்றிய நினைவுகளில் லயிக்கும் போதெல்லாம் ஏதோ ஒரு இனம் புரியாததோர் சிலிர்ப்பு!

ஒரு மண்ணின் பெருமையினை அதன் பாரம்பரியமும், கலாச்சாரமும் தான் பறைசாற்ற வேண்டும் என்பதில்லை! அனுபவித்த விஷயங்களை, பழகிய மனிதர்களை, புழங்கிய இடங்களை ஒற்றைச் சொற்கள் மூலமும் கூட விளக்கிட இயலும்!

அவ்வகையில், நான் இருந்த காலகட்டத்தில், 1985 - 1994 வருடங்களில், நானும் என்னைச் சார்ந்தோரும் பிரயோகித்த ஒற்றை வார்த்தைகளின் தொகுப்பை இங்கே வழங்குகிறேன்! படித்துப் பாருங்கள்! ஒவ்வொரு வார்த்தையும் ஒவ்வொரு குட்டி சரித்திரம்! அது எங்களுக்கு மட்டுமே புரியும் ஒரு பூகோளம்!

- ➢ மைக்கேல்ஸ் ஐஸ்கிரீம்
- ➢ சங்கர விலாஸ்
- ➢ கிணத்தடி
- ➢ மலையாளத்தான் கடை
- ➢ ராஜா கறிக் கடை
- ➢ வீராசாமிக்கடை
- ➢ நிக்க வைக்கிறவன்
- ➢ செந்தில் ஸ்டோர்ஸ்
- ➢ கோபாலு

- இட்லிக்காரம்மா
- மூக்கொழுவி
- பாப்பாக்கா பாலி
- மதுரா லாட்ஜ்
- ரமா க∴பே
- செக்கடி சந்து
- தேர் முட்டி
- பிட்சை சலூன்
- காடி கானா சந்து
- பள்ளி கொண்டான்
- டவுன் ஸ்டேசன்
- நன்றுடையான் கோவில்
- மதுரா லாட்ஜ்
- தாத்தா தையக்கடை
- கோமுட்டி
- மாவுக்காரங்க
- எத்திராஜ் அக்கா
- அலி கடை
- பங்காரு
- ஜெயம் டீச்சர்
- பூசாரிக்கடை
- அஜந்தா
- அச்சாபீஸு
- காந்தம்
- சுப்பிரமணி
- தனத்து மகன்
- மஞ்ச சேலை
- சங்கடம் தீர்க்கும் விநாயகர்
- நாமக்காரன்
- சாரி டாக்டர்
- செல்வராஜ் சார்
- சேகர் சார்

> பாப்பாக்கா
> கோரி
> பால்காரம்மா
> கண்ணாக்கா
> புஸ்பாக்கா
> முருகாண்ணே
> நியாஸ்
> மாரிஸ் தியேட்டர்
> ரம்பா ஊர்வசி
> சித்துக்கண் மாரி
> புதுப்பட்டி சந்து
> லலிதா மெடிக்கல்ஸ்
> ஜெயபால் கனகராஜ்
> சாணியாங்குளம்
> சவுக்கு
> சிந்தாமணி
> கெளுத்தி மீசை
> வாணப்பட்டறை
> ஆரியன்ஸ் ஸ்கூல்

பட்டியல் நீளம் காரணமாக குறைக்கப்பட்டிருக்கிறது! இன்னும் விடுபட்டவை ஏராளம்!

# கருத்துப் பதிவுகள்

# 1. ஏதாவது எழுதியே ஆக வேண்டுமா என்ன?

இவ்விடுகையின் நோக்கம் பெரிதாய் ஒன்றும் இல்லை! ஆனால் ஏதும் இல்லாமலும் இல்லை! இடுகை எழுதும் அவசியம் என்ன? என என்னையே நான் கேட்டுக்கொள்ளும் அவசியம் வந்தபடியால் இவ்விடுகை எழுதியாக வேண்டிய அவசியத்தில் இருக்கிறேன்!

காரணம் சொல்லும் அளவுக்கு காரணங்கள் இல்லாது போனாலும், ஏதாவது ஒரு காரணம் கிடைக்காது போய்விடாதா என்ன? தினமும் ஒன்று என்றது போயி, வாரம் கட்டாயம் ஒன்று என்று முடிவெடுத்து, கடைசியில் கண்டிப்பாக மாதத்திற்கு இருமுறை என்றாகி, இப்பொழுது, நண்பன் ஜோ, "மவனே, எழுதுறியா இல்லையா?" என்று கொலை மிரட்டல் விடுத்ததும், எழுதியே தீர்வது என்று முடிவு எடுத்ததும், மண்டையில் ஒரு மண்ணும் உதிக்காததால் ஏற்பட்ட விபத்து, இவ்விடுகை!

ஏதாவது எழுதியே ஆகவேண்டுமா என்ன?

# 2. 'கார்' காலம்

புலி வருது; புலி வருது போல், இந்தோ வருது; அந்தோ வருதுன்னு, எனக்கும் கொஞ்ச நாள்ல காரும் வரத்தான் போகிறது போல!

நினச்சா பெருமையா இருந்தாலும்; கொஞ்சம் அடக்கி வாசிக்கிறது முக்கியம்னு உள்ளூர மனசு சொன்னாலும், வாய்னு ஒன்னு கீதே! அது சும்மா கிடக்காம, சாதி சனம் எல்லார் கையிலயும் சொல்லிக்கினு தான் திரியுது!

அல்லாம் சரி, நிஜமாலுமே காரு வந்துட்டா...! நம்ம ஆதம் தெருவுல, எங்கே கொண்டு போயி அப்பால நிறுத்தறதுன்னு, ஒரே கவலையா கீதுபா! பேசாம காரு பார்கிங்கோட ஒரு வீட்ட பாத்துடலாம்னா, வாடகை மவனே எக்குத்தப்பா கீது! இன்னா பண்றது???

நயினா, யாராவது ஒரு நல்ல ஐடியா கொடுங்கபா! புண்ணியமா போகும்! "நயினா, காரு தானே வேணும், இந்தா பிடின்னு" மவன் அகிலன் ஒரு விளையாட்டு கார கையில கொடுக்கவும், நமக்கு லேசா மயக்கம் தெளிஞ்ச மாதிரி இருந்துச்சு! மெய்யாலவும், காரு வரத்தான் போகுதா?????

# 3. என் பார்வையில் "கடல்"

சமீபத்தில் வெளியான கடல் திரைப்படம் பற்றிய பல தரப்பு விமர்சனங்களைப் படித்து மனம் கலங்கி, என் ஆதர்ச நெறியாளுனர் திரு. மணிரத்தினம் அவர்களது ஆத்மார்த்த ரசிகனாய் எனது கருத்துக்களை பதிவு செய்வது கடமையென உணர்கிறேன்.

கடல்...! சமுத்திரம் எவ்வளவு ஆழமும், கொந்தளிப்பும், சீற்றமும், அழகும் மற்றும் அமைதியும் கொண்டதோ அது போலவே இத்திரைப்படமும் என்பதே என் வாதம்.

புனித விவிலியத்தில் சொல்லப்பட்டுள்ள பெரும்பான்மை கருத்துக்களை எனக்குத் தெரிந்து இத்துனை நேர்த்தியாக எவராலும், காட்சி ஊடகத்தில், திறம்பட சொல்லியிருப்பார்களா என்றால் இல்லை என்பதே உண்மை!

சம காலத்துடன் பொருத்தி, கதையின் தன்மைக்கேற்ப பின்புலத்தில், நிஜக் கடலையே ஒரு கதாபாத்திரமாய் உருவாக்கி, அதன் நிற பரிணாமங்களை, தோற்ற இடையூறு இன்றி, சம்பவங்களின் தாக்கங்களுக்காக, பொங்கி எழ வைத்து, ஆர்பரிக்கச் செய்து, காண்போரை, கட்டி போட்டு வைத்திருக்கிறார் என்றால் அது மிகையல்ல!

பாடல்களையெல்லாம் வீணடித்து விட்டார் மணி ரத்தினம்" எனும் குற்றச்சாட்டு, அதனை எழுப்பிய ரசிகனின் ஆதங்க வெளிப்பாடேயன்றி, உண்மை அதுவல்ல! ஒவ்வொரு பாடலும், அதன் மிகச் சரியான தருணங்களில் ஒலிக்கத்தான் செய்கின்றன!

நிர்கதியாய் தெருவில், விடப்பட்ட குழந்தைக்கு, "சித்திரை நிலா", காதல் வயப்பட்ட வாலிபனின் கனவிற்கு, "அடியே",

மயிலிறகாய் காதல் கொண்ட இரு அன்பு உள்ளங்களின் எண்ணங்களை பிரதிபலிக்க "மூங்கில் "தோட்டம்", மீனவன் தன் வலை வீச்சுக்கு, "ஏலே கீச்சான்", பேதை மகளின் தூய நேசத்திற்கு "நெஞ்சுக்குள்ள", கருணைக் கடவுள், உலக மீட்பர், இயேசு கிறிஸ்துவுக்கு, "அன்பின் வாசலே", கோபம் முறுக்கேறிய இளைஞனின் அடி நாதமாய், "மகுடி மகுடி" இப்படி ஒவ்வொன்றும், ஒவ்வொரு வகையினில் முக்கியத்துவம் வாய்ந்ததுவே! அதை விடுத்து, நாயகன் மற்றும் நாயகிக்கு, டூயட் இல்லையே என, வருத்தப்பட்டால், அதற்கு அவரவர் ரசிப்புத் தன்மையில் பஞ்சம் நிலவுகிறது என அர்த்தமாகிறது!

நியாயத்தை நிலை நிறுத்த, அர்விந்த் சுவாமியையும், அதர்மத்தை நிலை நிறுத்த, அர்ஜுனையும், இவ்விரண்டிற்கும் இடையில், அவஸ்தைப்பட, கௌதம் கார்த்திக்கையும், மனம் முற்றும் வளர்ச்சி பெறாத, இளங்கன்னி வேடத்திற்கு துளசியையும், நடிக்க வைக்காமால், அப் பாத்திரங்களாய் கனமான கதையின் ஊடே நடமாட விட்டதில், கண்டிப்பாக இயக்குனரின் உழைப்பு கண்கூடாய்த் தெரியும்!

எழுத்தாளர் ஜெய மோகனின் நாவல்களில் ஒன்றை, நண்பர் மணி ரத்தினம் அவர்கள் எடுத்து, படமாக முற்பட்டிருப்பது நிச்சயம் பாராட்டளுக்கு உரியது!". இப்படித்தான் இருக்கும் படம்" என எதிர்பார்த்து செல்லாதிர்கள்! மணிரத்தினத்தின் ஆளுமைக்கு மரியாதை கொடுத்து சென்றால், நிச்சயம் உங்களுக்கு ஒரு பெரிய ஆச்சர்யம் காத்துக்கொண்டிருக்கிறது!

கடல் - வெகு ஜன சமுத்திரம்!

# 4. கபாலி

வெகுஜன, இணைய, பத்திரிக்கை மற்றும் வாய்ச்சொல் விமர்சனங்களை புறந்தள்ளிவிட்டு திறந்த மனதோடு கபாலி படம் பார்க்க நேற்றுச் சென்றிருந்தேன்! கனத்த மனதோடு திரும்பி வந்தேன்!

இப்படி ரஜினியைப் பார்த்து தான் எவ்வளவு நாளாயிற்று! சிறையில் புத்தகம் படிப்பதில் துவங்கி இறுதியில் நிறைவாய் தன் குடும்பத்தினருடன் மனதிற்குப் பிடித்தமான வாழ்க்கையைத் வாழத் துவங்கும் வரை எவ்வளவு இயல்பாய், நேர்மையாய், யதார்த்தமாய் அந்த கதாபாத்திரம் பயணிக்கிறது!! "தன் அன்பு மனைவியைத் தேடுதல்" எனும் ஒற்றை நோக்கத்திலிருந்து துளியும் பிறழாமல் கண்ணில் தேடலையும் நெஞ்சில் வலியையும் நடை உடை பாவனையில் மிடுக்கையும் தவற விடாது அடுத்தடுத்த காட்சிகளில் தன்னுடன் இருப்பவர்கள் முதல் தன்னை திரையில் பார்க்க வந்திருக்கும் ரசிகர்கள் வரை அனைவரையும் தன்னோடு அரவணைத்துச் செல்ல வைத்திருக்கும் படியான ஒரு ஈர்ப்பினை படத்தின் ஜீவநாடியாய் உலவ விட்டிருப்பத்தில் இயக்குனர் பா ரஞ்சித் தன்னை அடுத்த கட்டத்திற்கு எடுத்துச் சென்றிருப்பதில் வெற்றியும் கண்டிருக்கிறார் என்றால் அது மிகையில்லை!

இது ரஜினி படமா இல்லை ரஞ்சித்தின் படமா என்றால் என்னைப் பொறுத்த வரையில் இது ஒரு நல்ல படம்! ரஜினியை அவரது வயதொத்த கதாபாத்திரமாய் வாழச் செய்திருக்கும் ஒரு அரிய படம்! எவ்வித எதிர்பார்ப்புகளுடன் இல்லாது சென்று வந்தால் இது ஒரு மிகச் சிறந்த வெற்றிப் படம்!

# 5. "மழை"யாளக் கரையோரம்

மலையாளக் கரையோரம் இன்று மழை 'ஆள'க் கலங்கி நிற்க,
கடவுளின் சொந்த நாடு, இன்று முகவரியைத் தொலைத்திருக்க,
பிரபஞ்சத்தின் பேய்மழையும் மொத்தமாய் கொட்டித் தீர்க்க,
திரும்பிய திசையெல்லாம் கண்ணீர்த் தீவுகளாய்த் தத்தளிக்க,
கனவுப் பள்ளத்தாக்கு நடத்திய மரண வேட்டை காண சகிக்காமல்
மனம் மரத்து அயர்ந்த வேளையில், தூரத்தில் கேரள சகோதரி
ஒருத்தி 'ரக்ஷிக்கனும் தெய்வமே' எனும் விசும்பும் குரல் கேட்டு
விழித்துப் பார்க்க, அது 'கனவல்ல நிஜம்' என்றுறைக்க, மனம்
பதைத்து, சிதைந்து போனேன்! ஈவு இரக்கமற்றதா இயற்கை?
யாரைக் கேட்பது, புரியவில்லை!

# 6. மதம் எனும் பெயரில் அரசியல் எதற்கு?

கறுப்பர் கூட்டத்தைச் சேர்ந்த நபர் ஒருவர், தமிழ்க் கடவுள் முருகனைத் துதித்து, தேவராய சுவாமிகளால் இயற்றப்பட்ட கந்த சஷ்டி கவசத்தில் வரும் சில வரிகளை விமர்சித்து பேசிய காணொளியைக் காரணம் காட்டி, எழுந்துள்ள எதிர்ப்பலையினால், அதனைப் பற்றி முழுமையாகத் தெரிந்து கொள்ள வேண்டி, அந்த காணொளியைய் பார்த்தேன். அந்த நபர் குறிப்பிட்ட படி, கவசத்தில் எழுதப்பட்டிருக்கும் வரிகளும், அதற்கான பொருளும் சரியே. ஆனால், அதை எடுத்துக்காட்டிய விதம், சிலருக்கு சங்கடத்தை ஏற்படுத்தியிருக்கலாம். அதன் வெளிப்பாடே, தற்போது ஏற்பட்டிருக்கும் எதிர்ப்பலை. நானும் ஒரு இந்து மதத்தைச் சார்ந்தவன் தான். ஆனால் எனக்கு அந்த நபர் மீது எந்த வருத்தமும் இல்லை. ஏனெனில், அது அவரது கருத்து சுதந்திரம். அதற்கு எதிர்வினையாற்றியாகிய வேண்டிய கட்டாயம் எவர்க்கும் தேவையுமில்லை. சில விஷயங்களை பெரிதுபடுத்துவதாலேயே அவற்றுக்கு அவசியமற்ற முக்கியத்துவம் கிடைத்து விடுகிறது. என்னுடைய பார்வையில், அந்த நபருக்காகவும், அவரது வெறுப்பாளர்களுக்காகவும், நான் சொல்ல விரும்புவது இதைத் தான்.

கடவுளிடம் ஒரு பக்தன் தனக்காகவும் மற்றும் தன் குடும்பத்தில் உள்ள அனைவருக்காகவும், எல்லாவற்றிற்காகவும், எல்லா உறுப்புகளின் நலத்திற்காகவும், பிணிகள் எல்லாம் தம்மை விட்டு, ஓடிடச் செய்ய வேண்டி, உருகிப் பாடுவதில் எந்தத் தவறும் இல்லை. நம் உடம்பில் உள்ள எல்லா உறுப்புகளுக்கும் ஒவ்வொரு வேலை இருக்கிறது. அந்த

உறுப்புகளின் பெயர்களில் என்ன ஆபாசம் இருக்கிறது? அந்த உறுப்புகள் படைக்கப்பட்டதற்கான நோக்கத்தில் என்ன விரசம் இருக்கிறது? உயிர்ப்படைப்பின் நோக்கம், இனவிருத்தியே. அந்த இனவிருத்திக்காக மேற்கொள்ளப்படும் செயலையோ அல்லது பாலினத் தேவைக்காக புணர்ச்சி கொள்ளுதலையோ, ஆபாசமாகவோ, அருவருப்பாகவோ, பார்த்தால், அது சாத்தியப்படுமா?

அவ்வாறு இருக்கும் போது, கவசத்தில் உண்மையாகவே எழுதப்பட்டிருக்கும் வரிகளில் ஆபாசமிருக்கிறது என்று ஒருவர் சொல்வதும், அதனைப் புரிந்து கொள்ளாது அவரை வசைபாடுதலும் தேவையில்லாதது. உண்மையான இந்துக்கள் இதனை அறிவர், ஒப்புக் கொள்வர். ஆனால், மதம் பிடித்துப் போயிருக்கும் பலர், தான் சார்ந்த மதத்தின் பெயரால் செய்யும் அரசியல் வன்மையாகக் கண்டிக்கப்பட வேண்டிய ஒன்று. அது, பல்லாயிரம் கோடி கடவுள்களைக் கொண்டிருக்கும் இந்து மதத்தின் தாத்பரியமான, ஒவ்வொரு உயிரையும் கடவுளாகப் பார்க்கும் உயரிய நோக்கத்தையே இழிவுபடுத்தும் செயல். இனியும் இவ்வாறு செய்தலைத் தவிர்க்க வேண்டும். அறிவார்ந்த சமூகம் இதனை ஒப்புக் கொள்ளாது.

# 7. அன்பே சிவம்

அங்கு சுற்றி இங்கு சுற்றி கடைசியாக அவரவர் வீட்டு வாசலுக்கே வந்து கரோனா கதவைத் தட்டத் துவங்கியாகி விட்டது. எவ்வளவு தான் விழிப்புடனிருந்தாலும் இல்லாவிட்டாலும் தப்பித் தவறி அதனிடம் சிக்கி விட்டால், மீண்டு வருவோமா இல்லை மாண்டு விழ்வோமா என்பது இன்னும் புரியாத புதிராகத்தானிருக்கிறது. முன்னெச்சரிக்கை நடவடிக்கைகள் ஒருபுறம், பிரார்த்தனைகள் மற்றொரு புறம் என என்னெவெல்லாம் மனிதன் மேற்கொண்டாலும், எல்லாம் விதிப்படியே நடக்கும் என்பதையெல்லாம் பொய்யாக்கி விட்டு, காலனின் கணக்குகளை திருத்தியமைத்து, கரோனா தன் பங்கிற்கான சொந்த எண்ணிக்கையை மென்மேலும் கூட்டிக் கொண்டுதான் போகிறது. யார் மிஞ்சுவார் யார் கெஞ்சுவார் என எல்லோர்க்கும் உண்மையான மரண பீதியை ஏற்படுத்திக் கொண்டுதானிருக்கிறது.

வீட்டிலிருந்து கொண்டே வேலை பார்க்கும் கொடுப்பினை எத்தனை வேலைகளுக்கு இருக்கின்றது? வீட்டை விட்டு வீதிக்கு வந்தால் தான் நாலு காசு சம்பாரிக்க முடியும் எனும் எண்ணற்ற மானிடர், உயிர் முக்கியமா இல்லை பசி முக்கியமா எனும் கேள்விக்கெல்லாம் விடை தெரியாமல் இருக்கும் வரை, நடத்தும் உண்மையான வாழ்வா சாவா போராட்டத்தைக் கண்டு கொக்கரிக்கும் இந்த உயிர்க் கொல்லி நோய், இந்த பிரபஞ்சத்தை விட்டு எப்போது செல்லும், இனி வரும் நாட்களில் இன்னும் எத்தனை பேரைக் கொல்லும், என்னும் கணக்குத் தெரியாமால் தத்தளிக்கும் இந்த அவல நிலையை என்னவென்று சொல்ல? யாரைத் தான் நாம் நொந்து கொள்ள?

மரண தேதி தெரிந்து விட்டால் வாழ்க்கையில் சுவாரசியம் குறைந்து விடும் என்பர். இப்பொழுதோ அது தெரியாமலேயே வாழ்க்கையில் சுவாரசியம் நீர்த்துப் போய்விட்டது. நமக்குத் தெரிந்த சொந்த பந்தங்களையும் நண்பர்களையும் மாறி மாறி இந்த திடீர் நோய்க்கு அநியாயமாய் பலி கொடுக்கும் போது நெஞ்சைப் பிசைகின்றது, பதை பதைக்கின்றது. மன உறுதி எல்லாம் ஆட்டம் காண்கின்றது.

எல்லாமும் தெரிந்த இறைவன் இதையும் தனக்குத் தெரிந்தே நடத்தி வைக்கிறார் என்று கொண்டாலும் மனிதனின் பாவ புண்ணிய கணக்குகள் பார்த்து தான் உயிர்பலி இருக்கிறதா என்று பார்த்தால், அது அவ்வாறு இல்லை எனும் உண்மை விளங்கும்போது இறை நம்பிக்கை என்பதே கேள்விக்குறியாகிவிட்டது. ஆதலால், இனி நாம் செய்ய வேண்டியது எல்லாம் ஒன்றே ஒன்று தான். இருக்கும் வரை, அனைவரிடமும் பாரபட்சமின்றி பிரதி பலன் பாராத அன்பு செய்தல் மட்டுமே…! விரோத மனப்பான்மை எல்லாவற்றையும் புறம் தள்ளிவிட்டு, உண்மையான, நேர்மையான நேசம் செய்வோம்.

அன்பே சிவம்.

# 8. கண்ணுக்குத் தெரியாத அரக்கன்

வாழ்க்கை எவ்வளவு நிச்சயமற்றது என்பதனை புரிந்து கொள்ள நமக்கு ஒரு சந்தர்ப்பம் வாய்த்துள்ளது. மனிதனாய் பிறக்கும் ஒவ்வொருவருக்கும் இங்கே கற்பிக்கப்படுவது என்ன? எதைச் செய்தால் சாதனை என்று பார்க்கப்படுகிறது?

நன்றாக படிக்க வேண்டும்; நல்ல கல்லூரியில் இடம் வேண்டும்; நல்ல வேலையில் சேர வேண்டும்; நல்ல சம்பாத்தியம் செய்ய வேண்டும்; மகிழுந்து ஓட்ட வேண்டும்; வீடு வாங்க வேண்டும்; நல்ல வாழ்க்கைத் துணையினை அடைய வேண்டும்; நல்ல குழந்தைகளை பெற வேண்டும்; பிறகு பெற்றக் குழந்தைகளை நன்றாக படிக்க வைக்க வேண்டும்; அவர்களுக்கு ஒரு நல்ல வாழ்க்கையை அமைத்துக் கொடுக்க வேண்டும், அது வரை ஓடிக் கொண்டிருக்க வேண்டும்; தத்தமது குடும்பத்திற்காக பொருள் ஈட்டுவதிலேயே காலம் கடத்த வேண்டும்; பின்பு நாம் சரியாகத் தான் வாழ்ந்து வந்துள்ளோமா என்று ஆராயக் கூட அவகாசமில்லாமல் ஒரு நாள் மரித்தும் போய்விட வேண்டும்.

இதற்குள் எத்தனை எத்தனையோ நல்ல அல்லது தீய குணநலன்களை வளர்த்துக் கொண்டும் அல்லது அனுபவித்துக் கொண்டும் காலம் தள்ளுகின்றோம். எது சரி அல்லது எது தவறு என்ற எந்தப் புரிதலும் இல்லாமலே வாழ்ந்து, நமக்கு எல்லாம் தெரியும் எனப் பிதற்றிக் கொள்கின்றோம்.

நாம் செய்யும் தவறுகளை மன்னிக்க அவரவர் வசதிக்கு ஒரு கடவுளை உருவாக்கிக் கொண்டு, இறை நம்பிக்கையை வைத்து வியாபாரம் செய்து கொண்டு, கடவுள் வழிபாட்டை

பொழுதுபோக்காய் மாற்றி, சடங்கு சம்பிரதாயங்கள் என்று சொல்லிக் கொண்டு நம்மை நாமே ஏமாற்றிக் கொண்டு, கடவுளை பரிகாசம் செய்து கொண்டு வாழ்கிறோம்.

வாய் பேச முடியாத ஜீவராசிகள் அனைத்தையும் நாக்கின் சுவை கருதி அவற்றின் அனுமதி இல்லாமலே அவற்றை நம் தேவைக்காக செயற்கை முறையிலும் உருவாக்கிக் கொண்டு, அவற்றை கொன்று உண்டு களித்து வந்தோம். ஆனால் இன்றைய நிலை என்ன? எங்கிருந்தோ வந்த கண்ணுக்குத் தெரியாத கரோனா எனும் ஒரு கொடிய வைரஸ் அரக்கன், மனித குலத்தையே உருக்குலைத்துக் கொண்டு வருகிறது. எல்லாவற்றையும் புரட்டிப் போட்டு விட்டது. மனிதனுக்கு மரண பயத்தைக் காட்டி விட்டது.

உயிருள்ள மீன், புழுவை உண்கிறது; உயிரற்ற மீனை மனிதன் உண்கின்றான்; மாண்ட மனிதனை மண்ணுக்குள் மீண்டும் புழு உண்ணுகிறது என்று சொல்வார்கள். இது தான் வாழ்க்கை. நண்பர்களே, யோசியுங்கள். இனியும் தாமதிக்காது நமக்காக வாழுபவர்களுக்காக வாழ ஆரம்பியுங்கள், விலைமதிப்பற்ற அன்பை அவரிடத்தில் காட்டுங்கள். உயிரற்றவற்றின் பின்னால் ஓடுவதை சில காலம் தள்ளி வையுங்கள். ஏனெனில் நாளை உதயம் எப்படி இருக்கும் என்று நம்மில் எவர் அறிவார் எனும் உண்மை யாருக்கும் தெரியாது.

# ஆங்கிலக் கட்டுரைகள்

# 1. Cry of a Common Man

The impact of killer corona virus in its 2nd wave is unimaginable. Every other day, we keep hearing about the sad stories of untimely demises of people in our own known circle. So far 30 lakhs plus had died globally since last year for this disease. In India 4000 plus every day and in TN close to 300 people are dying almost every single day.

This is highly painful. Literally it has become a threat to human race itself. We are not sure whether we ourselves will be spared tomorrow. It affects mercilessly any Tom, Dick or Harry without any specific pattern. It has literally imprisoned us inside the 4 walls. People are shit scared of getting out of their houses. Those who dare to get out citing their work, are knowingly risking their own lives. Many have no choice but for going out and work for meeting out the expenses of their livelihood. Whereas for govt. officials, doctors, nurses, paramedics, healthcare warriors and other essential commodity suppliers/service providers, it is their magnanimity which makes them involve in such benevolent activities at such tough times.

Phrases viz., vaccination for everyone, herd immunity etc., are all looking very distant milestones to achieve at this juncture. The struggle of people in getting the medicine "Remedisivir" at its selling points, is indescribable.

Those who miss to detect the symptoms early out of their ignorance or negligence, have very remote chances for survival. The sight of corpses being burnt at pyres & ambulances with bodies waiting outside the cremation centers, looks as cruel as holocaust that happened in Germany's concentration camps during world war times then.

We only heard or read about extinction of species in history. Now, we are actually undergoing the experience. In spite of exemplary medical advancements, we are still finding it difficult to restrict the mortality rate.

Though we try to stay strong or be in a positive frame of mind, things happening around only discourage us in some way or the other.

When are all these going to be stopped? When are we going to get back to our routine? When are our children going to enter inside their classrooms physically? When are we going to see/meet each other? Why do our savior Gods choose to remain blind or deaf when something so gruesome is displayed in front of them? Will our prayers be answered?

"Hope" is the only healer at this point of time. Let God's will prevail.

# 2. Glimpses from an Unposted Lockdown Diary

It all started way back last November 2019 itself. Many small-time entrepreneurs had started getting the feelers of nationwide economic slowdown and as an effect of which, they hardly received enquiries/orders. The customers who had promised to award the contracts/businesses, conveniently shelved them off for the next financial year citing the slowdown. Post November till mid of March 2020, these entrepreneurs managed to do very few works & before the receipt of their final payments, there arrived the Covid 19, in the 2nd week of March. Within the next 3-4 days, central govt announced its first lockdown citing the severity of the pandemic. As soon as the lockdown was announced, those who postponed the projects/orders for this financial year, cautiously dropped the idea of doing them once for all. So, projects got deferred. Payments got stuck. March passed, April & May got over and June is also getting over in no time. Again, it has been extended till the end of July. And now, there seems to be no sign of lifting of the lockdown as well as recovery of economy in the near future.

It has been more than 100+ days and people of many working segments, to whom 'work from home' is not at all applicable, have been compelled to stay confined in their respective houses. For them, activities like, staying at indoors, doing no work, earning no penny, eating food shamelessly etc., offer nothing but a guilty feeling and drive them crazy. Many are becoming mentally sick & for some suicidal thoughts do emerge as well. Those who have some money left with them as savings, are spending only for their essentials and those who don't have any savings as such, are terribly struck. If this is the case for middle class segment, the condition of lower middle class, lower class & poor daily workers, is unimaginable. Fearing the unprecedented situation, migrant workers were seen on the streets battling for their lives & trying to flee to their natives by foot, just like those days when people shuttled at our national borders during the partition era.

All the news' channels have been busy showing the pandemic news & displaying the contraction cases and mortality figures like cricket score board every day. The more you watch, the higher your pulse rate rises up. The entire government machinery seems to be working on its toes day & night. Kudos to the medical fraternity, sanitary workers, police & all those who are in the front line, who take chances with their lives at the same time tirelessly putting up a brave fight in order to save people. The cases keep on rising all across the country & none has any clue regarding when the trajectory will flatten & dip. It makes one think that he/she should be blessed & lucky not to get contracted for the killer disease. In spite of following all safety precautions, still there is a fear among the public. Many are losing their lives for no fault of theirs. The pandemic is becoming ruthlessly dangerous as it is not sparing anyone including those who are asymptotic. It symbolizes the role of a death reaper and awaits at the thresholds of our houses as if it is ready to take away the lives one after another.

In the name of mass urbanization, the very eco cycle of mother nature has been badly disturbed by the human race. Thanks to the ever-increasing population & its ever-craving greedy needs. Now it's payback time. As a result of which, in the recent few years, we have been continuously encountering many natural disasters & calamities viz., floods, storms, Tsunami, pandemic, locust attack, forest fire etc. So, at least now, those who are going to survive must swear not to disturb this beautiful earth & its environment. Be kind to the mother nature & resolve to stretch out our arms to embrace its beauty.

# 3. NGK – The Rise of a Common Man

Watched NGK for the 2nd time today after all the negative dust about the movie got settled down, basically to discover the hidden layers of the characterisation of the lead protagonist awesomely played by Surya and to be very honest, got myself completely immersed into the in-depth dimensions & shades sketched by the critically acclaimed director. Selvaraghavan is surely ahead of our times as his narrative capabilities drive us to expect the unexpected.

In this movie, a common man known as NGK, who is intelligent & socially responsible, discovers politics is the most powerful medium in the world to bring in any dramatic change into the society. Though it is first to reciprocate his gratitude, he forces himself to join the mainstream politics and being a quick learner, he establishes his sincerity & acquires confidence amongst his senior leaders. The political strategist Vanathy, who works for the opponent party makes use of his intelligence & tries to dent the image of the ruling party in order to gain some mileage for her party that she works for. Whereas NGK, when gets abducted by CBI based on CM's direct orders, tries to blackmail the CM himself & clinches a deal. When he executes the deal by means of demonstrating a 'burning torch' procession, unexpectedly his friend who has been ailing with terminal cancer, subplots to sacrifice his own life for a good cause, without the very knowledge of NGK. That incident while fetching a huge popularity for NGK, earns him a bad reputation in the eyes of both ruling & opponent parties. Hence, both the parties, want to get rid off him as quickly as possible. Finally, by paying a huge price of losing his parents, NGK emerges out to be a trust worthy leader, who decides to stay back in the opponent party itself which lost its tall leaders who got killed by their own partymen out of frustration. His decision not to start a fresh party but to stick to one of the oldest parties, offers him huge success in the elections & the state crowns its new ruler NGK as their desired Chief Minister.

The bottom line is, if you want a change to take place, you be the change itself rather showing your fingers to others. For which, be prepared to dare any ordeal that comes on your way in any format.

Besides politics, there are two contrast portrayals of female characters. One is the strong possessiveness of Mrs. NGK which is loud & clear and the other is very cautious but subtle love interest of Vanathy admiring NGK's smartness which stays undercurrent.

I highly recommend NGK for a 2nd time watch to those who would have missed to notice the hidden layers embedded within, during their earlier visit.

I will not be surprised to see people acknowledge this movie in coming years as it generally happens.